இறந்த பின்னும் இருக்கிறோமா...?

AF759160

இறந்த பின்னும் இருக்கிறோமா...?

ராஜ் சிவா

எழுத்து பிரசுரம்

Title: Irantha Pinnum Irukkiroma
Author's Name: Raj Siva
Copyright © Raj Siva2023
Published by Ezutthu Prachuram

All rights reserved. No part of this publication may be reproduced, stored in a retrieval system, or transmitted, in any form or by any means, electronic, mechanical, photocopying, recording, psychic, or otherwise, without the prior permission of the publishers.

Ezutthu Prachuram
(An imprint of Zero Degree Publishing)
No. 55(7), R Block, 6th Avenue,
Anna Nagar,
Chennai - 600 040

Website: www.zerodegreepublishing.com
E Mail id: zerodegreepublishing@gmail.com
Phone: 89250 61999

Ezutthu Prachuram First Edition: December 2023
ISBN: 978-93-90053-94-0
TITLE NO EP: 471

Layout: G.Selva Kumar
Cover Design: Vijayan, Creative Studio

உள்ளே

முன்னுரை

நீண்ட இடைவெளிக்குப் பின் இந்தப் புத்தகம் வெளிவருகிறது. இடைவெளிக்கான காரணம் எனக்கானது. அதையெல்லாம் உடைத்து, இப்போது மீண்டும் உங்கள் கையில் இருக்கிறது. இதில் இருக்கும் கட்டுரைகள் அனைத்தும், அந்த அந்தக் காலகட்டங்களில் நடைபெற்ற அறிவியல் மாற்றங்களை வைத்து எழுதியவை. இப்போது, அறிவியலில் நிறைய மாற்றங்கள் வந்துவிட்டன. அறிவியல் என்றாலே இப்படித்தான். தினமும் அது தன்னைப் புதுப்பித்துக் கொண்டிருக்கும். புதிய கோட்பாடுகள் முளைக்கையில், பழைய கோட்பாடுகளைப் பாம்புச் சட்டையாகக் கழட்டி எறிந்துவிடும். தயங்கவே தயங்காது. அறிவியலில் உண்மை என்பது அந்த அந்தத் தினங்களுக்கானது. நேற்றைய உண்மை இன்று இல்லையென்றாகி, இன்று புதியதொரு உண்மை முளைத்திருக்கும். நாளை இதையும் பொய்யாக்க வேறொரு உண்மை முளைக்கும். அறிவியல் என்றாலே மாற்றங்கள் மட்டும்தான்.

இவற்றையெல்லாம் கருத்தில் கொண்டு, இதிலிருக்கும் அனைத்துக் கட்டுரைகளையும் முடிந்தளவு மீளச் சீராக்கியிருக்கிறேன். இதற்குமேல் மாற்றம் செய்தால், அவற்றின் அடிப்படையே மாறிவிடும். இந்தப் புத்தகத்தில் இருக்கும் சில சொற்களைத் தமிழ்ச் சொற்கள் கொண்டு

மாற்றமும் செய்திருக்கிறேன். அவற்றை ஆரம்பத்தில் படிக்கும்போது, சற்றுச் சிரமமாக இருக்கலாம். ஆனால், போகப் போக அந்தச் சொற்களுக்குப் பழகிவிடுவீர்கள்.

பிரபஞ்சம் என்பதை அண்டம்/பேரண்டம் என்றும், சக்தி என்பதை ஆற்றல் என்றும் விஞ்ஞானம் என்பதை அறிவியல் என்றும் விஞ்ஞானிகளென்பதை அறிவியலாளர்கள்/ஆய்வாளர்கள் என்றும் நட்சத்திரம் என்பதை உடு என்றும் காலக்சிகள் என்பதை உடுத்திரள் என்றும் மாற்றியமைத்திருக்கிறேன். சிரமம் பார்க்காமல், இந்தத் தமிழ்ச் சொற்களுக்கு உங்களையும் தயார்படுத்திக்கொள்ளுங்கள். நீங்களும் முடிந்தால் பயன்படுத்துங்கள்.

இந்தப் புத்தகத்தில் இருக்கும் கட்டுரைகள் வெவ்வேறு கால கட்டங்களில், வெவ்வேறு சஞ்சிகைகளில் எழுதியவை. அதனால், ஒரே விசயம் மீண்டும் மீண்டும் சொல்லப்படுவதுபோலத் தோன்றும். படிக்கும் வாசகர்கள் வேறு வேறு என்பதன் அவசியம் கருதியே அவற்றை மீண்டும் எழுத வேண்டியிருந்தது. அதைக் கொஞ்சம் மன்னித்துக்கொள்ளுங்கள்.

இந்தப் புத்தகத்தை வாங்கிப் படிக்கும் உங்களைப் போன்ற வாசகர்களுக்கு என் நன்றிகள். தொடர்ந்து உங்கள் ஆதரவு வேண்டும். நன்றி.

- **ராஜ்சிவா**

டுஸெல்டோர்வ், ஜெர்மனி

முகவுரை

அப்பாவிடமிருந்து திடீரென போன் வந்தது. "யாழிம்மா! என் 'இறந்த பின்னும் இருக்கிறோமா?' புத்தகத்துக்கு உன் முகவுரை வேண்டும். எழுதித் தருகிறீர்களா?" என்று கேட்டார்.

"என்னப்பா விளையாடுறீங்களா? எத்தனையோ பேர் இருக்க, நானா?" என்று முதலில் தயங்கினேன்.

"அறிவியலை இளம் சமுதாயத்துக்குக் கொண்டு செல்லும், உன் போன்ற இளைஞர்கள் இந்த அறிவியல் புத்தகத்துக்கு முகவுரை எழுதுவதுதான், அதற்கு நான் செய்யும் நியாயம்" என்றார்.

சொந்த நாட்டிலிருந்து புலம்பெயர்ந்தவராய் ஜெர்மனி வந்த என் அப்பாவின் வரலாற்றுப் பயணத்தில், தமிழர்களுக்கான மிக முக்கிய அறிவியல் எழுத்தாளரான மாற்றம் ஏற்பட்டது. அந்த மாற்றம் உருவாகிய காலத்திலிருந்து அவர்கூடவே நானும் பயணித்திருக்கிறேன்.

ஒரு 'தகப்பன்' எப்படி இருக்க வேண்டும் என்னும் உதாரணமாக என் அப்பா திகழ்ந்தார். தன் வாழ்க்கையில் பல ஏற்றம், இறக்கம், தடுமாற்றங்கள் நேர்ந்தபோதும், என்னையும் தம்பியையும் திடமாக வளர்த்தவர் அவர். அவரின் அறிவியல் துறையிலேயே என்னையும் ஒரு சயன்டிஸ்ட்டாக உருவாக்கினார். இந்த முகவுரை எழுதுவதற்கு என்னை அவர் தேர்ந்தெடுத்ததற்கு அறிவியல் சார்ந்து ஒரு காரணமும் இருக்கிறது.

அப்பாவின் தூண்டுதலால், பெரியார் பிஞ்சு இதழில் நான் எழுதும் சிறுவர்களுக்கான அறிவியல் கார்ட்டூன் தொடரான 'ஐன்ஸ் ரூலி' தொடர்ச்சியாய் வெளிவந்துகொண்டிருக்கின்றன. 'ராஜ்சிவா' என்ற ஒருவர் இல்லாவிட்டால் இது சாத்தியமே ஆகியிருக்காது.

ஜெர்மனியில் பிறந்து வளர்ந்த ஒரு பெண்ணைத் தமிழ் பேசி எழுதக்கூடிய வகையில் வளர்ப்பதே சிரமம். அதில் ஒருபடி மேலேபோய், தமிழ் அறிவியலை எழுதும் வகையில் என்னை வளர்த்திருக்கிறார்.

இயற்பியலில் அப்பா தொட்டெழுதும் கடினமான குவாண்டம் பிசிக்ஸ், அஸ்ட்ரோ பிசிக்ஸ் என்பவை என்னை பிரமிக்க வைத்திருக்கின்றன. தமிழில் தவிர்க்க முடியாத முன்னணி அறிவியல் எழுத்தாளராக அவர் இருப்பது மகளாகப் பெருமைப்பட வைக்கிறது.

ஸ்ட்ரிங் தியரி, பிகபாங், குவாண்டம் என்பவற்றை இந்தப் புத்தகத்தில் மிக அழகாக, இலகுவாகப் புரியும்படி எழுதியிருக்கிறார். படித்துப் பாருங்கள், நான் கூறியவை எதுவுமே தவறில்லை என்பது புரியும்.

இப்போதெல்லாம், அப்பாவின் மகளாக இருப்பதற்கு மேலாக அவரின் எழுத்துகளைப் படிக்கும் ஒரு வாசகியாக இருப்பதே மகிழ்ச்சியாக இருக்கிறது.

-யாழினி (யாழு சிவா),
துபாய்

சமர்ப்பணம்

நான் இதுவரை நானாக வாழ்வதற்கு ஒரே காரணமான,
என்றும் என் உடனிருந்து வழிநடத்தும்
மனைவி நிம்மி சிவா-வுக்கு (நிர்மலா)
இந்தப் புத்தகத்தைச் சமர்ப்பிக்கிறேன்.

அண்டத்தின் ரகசியமும் அதிர்விழைக் கோட்பாடும்

எப்பொழுதாவது நீங்கள் இதைச் சிந்தித்தது உண்டா?

மூன்று இலட்சத்து எண்பதினாயிரம் கிலோ மீட்டர்களுக்கு (384,403km) அப்பால் இருக்கும் சந்திரனைத் தனது ஈர்ப்பு விசையால், பூமி இழுத்து வைத்துக் கொண்டிருக்கிறதல்லவா? அவ்வளவு தூரத்தில் இருக்கும், பெரிய அளவுள்ள சந்திரனைப் பூமி கவர்ந்து வைத்திருக்க வேண்டுமென்றால், அந்த ஈர்ப்பு விசை எவ்வளவு வலிமையுள்ளதாக இருக்க வேண்டும் சொல்லுங்கள்? அதுமட்டுமில்லாமல், பூமியில் இருக்கும் எதையுமே தன்னை விட்டுப் பிரிந்துபோகாமல் கவர்ந்து வைத்திருக்கிறது புவியீர்ப்பு விசை. பாராசூட்டின் உதவியுடன் ஒருவர் கீழே குதித்தால், பூமி தன்னை எந்த அளவுக்கு இழுக்கிறது என்பதை நன்றாக அறிந்துகொள்வார். அவ்வளவு மிகையான, வலுவுடையதல்லவா ஈர்ப்புவிசை? (Gravitational Force). இதை உங்களால் நிச்சயம் மறுக்க முடியாது. ஆனால், உண்மை அதுதானா பாருங்கள். தரையில் கிடக்கும் ஒரு பந்தைத் தனது பிஞ்சுக் கரங்களால் எந்தவொரு சிரமமும் இல்லாமல், ஒரு குழந்தையால் தூக்க முடிகிறது. பூமி, தனது ஈர்ப்பு விசையால் பந்தைத் தரையில் இழுத்து வைத்திருக்கிறது அல்லவா? அந்த ஈர்ப்பு விசை, பந்தை இழுத்து வைத்திருக்காவிட்டால், பந்து தரையில் இருக்காமல்

மேலே உயரப் போய்விடுமல்லவா? இதைத்தான் நியூட்டன், 'மரத்திலிருக்கும் ஆப்பிள் பழங்கள் மேலே பறந்து போகாமல், ஏன் கீழே விழுகின்றன?' என்று சிந்தித்தார். அதன்மூலம், ஈர்ப்பு விசையைக் கண்டுபிடித்தார்.

சந்திரனையே இழுத்து வைத்திருக்கக்கூடிய பெரிய விசையான புவியின் ஈர்ப்பு விசை தானே, பந்தையும் இழுத்து வைத்திருக்கிறது. ஆனால், ஒரு குழந்தையால் ஈர்ப்பு விசையை எதிர்த்துப் பந்தைச் சுலபமாகத் தூக்க முடிகிறது அல்லவா? இப்போது, ஈர்ப்பு விசையென்பது மிகமிக வலிமை குறைந்த ஒன்றாகத்தானே தெரிகிறது? எங்கோ, ஏதோ குழப்பமாக இருப்பதுபோலத் தோன்றுகிறதல்லவா? ஒருபுறம் அதிக வலிமையானதாக இருக்கும் ஈர்ப்பு விசை, இன்னொருபுறம் மிக மோசமான அளவுக்கு வலிமை குன்றியதாக இருக்கிறது. இது எப்படிச் சாத்தியம்? அறிவியலாளர்கள் 'தலையால் மண்கிண்டி நீர் எடுக்கும்' பிரயத்தனத்துடன் போராடியும், அவர்களை இருட்டிலேயே வைத்திருக்கிறது ஈர்ப்பு விசை. இப்பொழுது அதுபற்றிய வெளிச்சம் மெல்லத் தெரிய ஆரம்பித்திருக்கிறது. இந்தக் கேள்விக்கான பதிலைத் தேடும்போதுதான், எப்பொழுதும் மோதிக்கொள்ளும் ஆன்மீகமும், அறிவியலும் இணைந்து ஒரு புள்ளியில் ஒடுங்கக்கூடிய நிலை தோன்றியது. அது அறிவியலில் ஒரு நவீனத் திருப்பத்தையே கொடுத்தது. அதைப் பற்றியே உங்களுடன் விபரமாகப் பகிர்ந்துகொள்ளப் போகிறேன்.

அறிவியலும், ஆன்மீகமும் தமக்கென வெவ்வேறான பாதைகளைக் கொண்டவை. இரண்டும் வேறு வேறு தளங்களில் இயங்குபவை. ஆன்மீகம் இயங்கும் தளத்தில் அறிவியலும் அறிவியல் இயங்கும் தளத்தில் ஆன்மீகமும் இயங்குவதில்லை. இயங்கவும் முடிவதில்லை. தர்க்கம், கணிதம் ஆகியவற்றை அடிப்படையாகக் கொண்ட இயற்பியல் தளத்தில் அறிவியலும் நம்பிக்கை என்னும் தளத்தில் ஆன்மீகமும் இயங்குகின்றன. அதனால், இவை இரண்டும் சில சமயங்களில் ஒன்றுடன் ஒன்று மோதிக்கொள்கின்றன. ஆன்மீகம் அறிவியலின் தளத்திற்கோ, அறிவியல் ஆன்மீகத்தின் தளத்திற்கோ நுழைய முற்படும்போது இந்த மோதல்கள் உருவாகின்றன. 'சூரியன் பூமியைச் சுற்றுகின்றது' என்னும் நம்பிக்கையின் அடிப்படையிலான கருத்துகள் மதங்கள் மூலமாகச் சொல்லப்பட்டபோது, கோபெர்னிகஸ்

(Nocolaus Copernicus) அதை மறுத்தார். சூரியனையே பூமி சுற்றுகின்றது என்று கூறினார். அப்போது அறிவியலுடன் ஆரம்பித்த மோதல்கள், கலிலியோ, டார்வின் எனத் தொடர்ந்தன. இதுவே படிப்படியாக அதிகரித்து, 'பிக் பாங்' (BigBang) என்னும் 'அண்டப் பெருவெடிப்பு' வரை வளர்ந்திருக்கின்றது. 'அண்டத்தின் (Universe) தோற்றம், ஒரு மிகச் சிறிய ஒருமைப்புள்ளி, மிகப்பெரிதாக விரிந்ததால் ஏற்பட்டது' என்று சொல்வதை மதங்களாலும், ஆன்மீகவாதிகளாலும் இன்றுவரை ஏற்றுக்கொள்ள முடியவில்லை. இதை ஏற்றுக் கொண்டுவிட்டால், 'எங்கே, வேத நூல்களில் சொல்லப்பட்ட கருத்துகளுக்கு எதிராக நாம் நடந்துகொள்கிறோமோ' என்ற அச்சம் அவர்களுக்கு வந்துவிடுகிறது.

'கடவுள் வானத்தையும் பூமியையும் படைத்தார். பூமி வெறுமை யாகவும் இருளாகவும் இருந்தது. கடவுள் ஒளி உண்டாகட்டும் என்றார். வெளிச்சம் உருவாகியது. பின்னர் ஜீவராசிகளையும், மனிதனையும் உருவாக்கினார்.' அண்டமும் பூமியும் மனித விலங்குகளும் உருவாகிய விதத்தை வேதநூல்கள் இப்படித்தான் வர்ணிக்கின்றன. இந்தக் கருத்தையே உலகிலுள்ள அனைத்து ஆன்மீகவாதிகளும் நம்பவும் செய்கிறார்கள். பல ஆயிரம் ஆண்டுகளாக, ஒரு பொதுமைக் கருத்தாக இது முதன்மை வகிக்கிறது. ஆனால், குறுகிய காலத்தில் மிகப் பிரம்மாண்டமாக வளர்ச்சியடைந்த அறிவியல், இந்தக் கருத்துக்கு எதிராகத் திடீரென ஒரு முட்டுக்கட்டையைப் போட்டுக்கொண்டது. 'பூமியோ, சூரியனோ, அண்டமோ கடவுளால் உருவாக்கப்பட்டவை அல்ல. சிறு புள்ளியாய் இருந்த ஒரு பருப்பொருள், தவிர்க்க முடியாததொரு கணத்தில் பெருவெடிப்புப்போல (BigBang) விரிந்ததன் காரணமாக உருவாகியவைதான் அண்டம், உடுக்கள், சூரியன், பூமி எல்லாமே!' என்றது நவீன அறிவியல். 'அண்டத்தைப் படைத்தது கடவுள்தான்' என்று சொல்லும் ஆன்மீகத்தின் முன்னே, பெரும் தடைக்கல்லாக இந்தக் கருத்து வந்து விழுந்தது. மதங்களின் வேத நூல்களில் சொல்லப்பட்டவைகளை இந்தக் கருத்து மறுக்கின்றது என்ற அளவில், இதற்கு என்ன பதில் சொல்வது என்று மதங்கள் திகைத்தன. ஆனாலும், விரைவில் சுதாரித்துக்கொண்டன. அறிவியலின் இந்தக் கருத்துக்கு எதிரானதும் மிகச் சரியானதுமான ஒரு வாதத்தை மதங்களும் முன்வைத்தன. அந்த வாதம், அறிவியலுக்கு மிகப் பெரிய அடியாகவும் விழுந்தது.

'மிகச் சிறிய ஒரு பருப்பொருள் பெரிதாக வெடித்ததனால் இந்த ஒட்டுமொத்தப் பேரண்டமும் தானாகவே தோன்றியது என்றால், அந்த மிகச் சிறிய பருப்பொருள் எங்கிருந்து வந்தது? அதை உருவாக்கியது யார்? ஒரு படைப்பு இருக்கவேண்டுமென்றால், அதைப் படைத்த ஒருவன் அல்லது ஒரு ஆற்றல் நிச்சயம் இருந்தேயாக வேண்டும். ஆகவே, பேரண்டத்தையே உருவாக்கக்கூடிய ஆற்றல் வாய்ந்த அந்தச் சிறிய பருப்பொருளை, யாரோ ஒருவர் படைத்திருக்கவே வேண்டும். அதைப் படைத்தவனைத்தான் நாம் கடவுள் என்கிறோம்' என்று மிக எளிமையாகத் தனது வாதத்தை முன்வைத்தது ஆன்மீகம். இந்த வாதத்துடன் எல்லாமே முடிந்து போனது. மிகச் சரியானதும், யாரும் முறியடிக்க முடியாததுமான பதிலடியாக அறிவியலின் தலையில் இடிபோல இறங்கியது. முன்னர் ஒருதடவை, தமிழ்நாட்டின் சினிமாவின் உச்சப் பிரபலமான ஒருவரும், எழுத்தாளர் ஒருவருக்கான இலக்கியப் பாராட்டு விழாவொன்றில் இதே கருத்தைக் கூறியுமிருந்தார். மறுக்கவே முடியாத இந்த வாதத்துக்கு, அறிவியலால் முதலில் பதில் கூறவே முடியவில்லை. 'பிக் பாங்' பற்றிப் பேசும்போது, ஆன்மீகவாதிகளால் கேட்கப்படும் இந்தக் கேள்விக்கு என்ன பதில் சொல்வது என்று அறிவியலாளர்கள் குழம்ப ஆரம்பித்தனர். ஆனால், இந்தக் குழப்பம் சிலகாலம்தான் நீடித்தது. எந்தக் கேள்விக்கு அறிவியலால் பதில்கூற முடியாது என்று நம்பப்பட்டதோ, அதற்கு யாரும் எதிர்பார்க்காத வகையில் அறிவியலும் பதில் கூறியது.

தன்னை நிதானப்படுத்திக்கொண்ட அறிவியல், 'அண்டம் உருவாகக் காரணமான மிகச் சிறிய பருப்பொருளானது, தானாக உருவாக முடியாது. அதை யாரோ ஒருவர் உருவாக்கியிருக்கத்தான் வேண்டுமென்றால், அந்த ஒருவரே நீங்கள் கூறும் கடவுள் என்றால், அந்தக் கடவுளை யார் உருவாக்கினார்கள்?' என்று திருப்பிக் கேட்டது. அத்துடன் நிறுத்திவிடாமல், 'இதற்கு, அப்படியெல்லாம் இல்லை. கடவுளை யாரும் உருவாக்க முடியாது. அவர் தானாகத் தோன்றியவர் என்று பதில் சொல்லப்பட்டால், அண்டம் உருவாகக் காரணமாக இருந்த அந்தப் பருப்பொருளும் ஏன் தானாகத் தோன்றியிருக்க முடியாது?' என்று தனது எதிர்வாதத்தை முன்வைத்தது. 'கடவுளும் ஒரு படைப்புத்தானே? அவர் எந்தப் படைப்பாளியும் இல்லாமல்

தோன்ற முடியுமென்றால், பிக்பாங் ஒருமைப்புள்ளியும் தானே ஏன் தோன்றியிருக்க முடியாது?' இதற்கு மேல் இந்த விசயத்தில் பேசுவதற்கு ஒன்றுமே இல்லை என்னும் அளவுக்குத் தர்க்க ரீதியான பதிலடியாக அது இருந்தது.

அறிவியலுக்கு எதிராக ஆன்மீகம் வேறொரு குற்றச்சாட்டையும் முன்வைக்கிறது. 'நேற்று ஒன்றை உண்மையென்று சொல்லும் அறிவியல், இன்று வேறொன்றை உண்மையென்று சொல்லி, முன்பு சொன்னவற்றையெல்லாம் அதுவே மறுத்தும் சொல்கிறது. இன்று உண்மையென்று சொல்லப்படுபவையும், நாளை மறுக்கப்படலாம். உண்மை இல்லையென்றாகலாம். நாளை வேறு ஒன்று உண்மையாகலாம். எனவே அறிவியல் சொல்லும் எதுவும் நிரந்தர உண்மை கிடையாது. அதனால், அறிவியலே உண்மை கிடையாது' என்கிறது ஆன்மீகம். இதுவும் ஒரு நியாயமான கேள்விதான். ஆனால், 'இன்று இதுதான் உண்மையென்று தெரிந்துவிட்டால், நேற்றைய உண்மையை மறுத்து ஒதுக்க அறிவியல் தயாராகவே இருக்கிறது. ஆனால், மதம் அதற்கு எப்போதும் தயாராக இருப்பதில்லை. ஆயிரக்கணக்கான ஆண்டுகளுக்கு முன்னர் எழுதியவற்றை இன்றும் உண்மை என்றே சொல்லிக் கொண்டிருக்கிறது. மதம் தன் கருத்துகளைக் காலத்துக்கு ஏற்றவாறு மாற்றத் தயங்குகிறது,' என்று மதத்திற்கு எதிராகக் கேள்வியைத் திருப்பிக்கொள்கிறது. அறிவியல் தன் முடிவுகளுக்கான தன்னிலை விளக்கம் ஒன்றையும் எடுத்து வைக்கிறது. 'அறிவியல், தனது கண்டுபிடிப்புகளின் முடிவுகளைக் கோட்பாடுகள், விதிகள் என்ற இரண்டு பகுதிகளாகப் பிரிக்கிறது. கோட்பாடுகள் எப்போதும் மாறக்கூடியவை. இன்று ஒரு கோட்பாடு உண்மையாக இருக்கும்போது, நாளை இன்னுமொரு கோட்பாடு அதை இடம் மாற்றும். ஆனால் விதிகள் அப்படியானவை அல்ல. விதிகள் எப்போதும் கணிதச் சமன்பாடுகளை அடிப்படையாகக் கொண்டவை. பெரும்பான்மையான கணிதச் சமன்பாடுகள் மாற்றம் இல்லாதவை. என்றுமே உண்மையானவை. 1900 ஆண்டுகளுக்கு முன்னர் பிதாகோரஸினால் (Pythagoras) முன்வைக்கப்பட்ட கணிதச் சமன்பாடு, இன்றுகூட மாற்றம் இல்லாமல் இருப்பதை முக்கிய உதாரணமாக நாம் எடுத்துக்கொள்ளலாம். எனவே கோட்பாடுகளாகச் சொல்லப்படும் அறிவியல் முடிவுகளைவிடக்

கணிதத்தை அடிப்படையாகக் கொண்டு விதிகளாகச் சொல்லப்படும் முடிவுகளில் உண்மை முழுமையாக இருக்கும்.'

இதுபோன்று இயற்பியலாளர்கள் உருவாக்கிய கணிதச் சமன்பாடொன்றே அறிவியலையும், ஆன்மீகத்தையும் ஒரு புள்ளியில் ஒட்டவைக்க முயற்சிக்கிறது. இதையே ஆரம்பத்திலும் குறிப்பிட்டிருந்தேன். அந்தச் சமன்பாட்டின் காரணமாக உருவானதுதான், 'அதிர்விழைக் கோட்பாடு' *(String Theory)*. அந்த அதிர்விழைக் கோட்பாட்டை (ஸ்ட்ரிங் தியரி) முதலில் பார்க்கலாம். நாம் ஸ்ட்ரிங் தியரிக்குள் நுழைவதற்கு, மிகவும் சிக்கலான இயற்பியலுக்குள் காலடியெடுத்து வைக்க வேண்டும். புரிவதற்குச் சிரமமாக இருந்தாலும், இன்றைய காலத்தில் அனைவருமே தெரிந்திருக்க வேண்டியவை அவை. இப்போது நான் இயற்பியல் பாடம் நடத்தப்போகிறேனென்று நினைத்து, படிப்பதை நிறுத்திவிட்டு எங்கும் ஓடிவிடாதீர்கள். 'இவர் அப்படி என்னதான் சொல்லப்போகிறார்?' என்று நினைத்தபடி சற்று அமைதியாகப் படித்துப் பாருங்கள். கொஞ்சம் பொறுமையாகவும்.

நவீன அறிவியல், அணுக்கருவுக்குள் நிறைந்திருக்கும் நுண்துகள்களை உள்ளடக்கிய குவாண்டத்தைத் *(Quantum)* தனது வலது கையிலும், 'உடுக்கள் *(Stars)*, உடுத்திரள்கள் *(Galaxies)*, கருங்குழிகள் *(Blackholes)* ஆகியவற்றை உள்ளடக்கிய அண்டத்தை இடது கையிலும் வைத்திருக்கிறது. இந்த இரண்டையும் ஒன்றாய் இணைப்பது எப்படி என்றும் சிந்தித்துக்கொண்டிருக்கிறது. அண்டத்தையும் குவாண்டத்தையும் ஒன்றாக இணைக்கும் கணிதச் சமன்பாடொன்றை உருவாக்குவதற்கு, புகழ்பெற்ற இயற்பியலாளரான 'ஐன்ஸ்டைன்' *(Einstein)* தனது இறுதிக் காலம்வரை பாடுபட்டார். கடைசி இருபது வருட காலங்களை அப்படியானதொரு கணிதச் சமன்பாட்டை உருவாக்கவே செலவிட்டார். எப்போதும் கையில் ஒரு நோட்டை வைத்துக்கொண்டு அதைப் பற்றிச் சிந்தித்துக்கொண்டிருப்பதே அவர் வேலையாயிற்று. இறுதியில் அப்படி ஒன்றைக் கண்டுபிடிக்க முடியாமலே இறந்தும் போனார். கண்டுபிடிக்க முடியாத ஒரு கணிதச் சமன்பாட்டைக் கண்டுபிடித்தேயாக வேண்டும் என அவர் ஏன் நினைத்தார்? அப்படியொரு சமன்பாடே இல்லையென்பதே நிதர்சனமாகவும் இருக்கலாம். ஆனால், ஐன்ஸ்டைன் அப்படி நினைக்கவில்லை. 'பேரண்டத்தில் இருக்கும் அனைத்துப்

பொருட்களும் 'பிக் பாங்' பெருவிரிவுக் கணத்திற்கு முன்னர், ஒரே புள்ளியில் ஒடுங்கி, அமைதியாக இருந்திருக்கின்றன. அந்தக் கணத்தில் அனைத்து விசைகளும் ஒன்று சேர்ந்து பூச்சியத்துக்குச் சமன் என்னும் ஒருநிலையில் இருந்திருக்கின்றன. அதனால், அப்படியொரு கணிதச் சமன்பாடு நிச்சயம் இருந்தேயாக வேண்டும்' என்று நம்பினார். அந்தச் சமன்பாட்டுக்கு 'ஒருங்கமைக் கோட்பாடு' *(Theory of Everything)* என்று பெயருமிட்டார்.

அணு முதல் அண்டம் வரையுள்ள அனைத்தும் நான்கு அடிப்படை விசைகளினால் *(Forces)* கட்டமைக்கப்பட்டிருக்கின்றன. திட அணு விசை *(Strong Nuclear Force)*, திடமற்ற அணுவிசை *(Weak Nuclear Force)*, மின்காந்த விசை *(Electromagnetic Force)*, ஈர்ப்பு விசை *(GravitationalForce)* என்பவையே, அந்த விசைகளாகும். இந்த நான்கு அடிப்படை விசைகளினாலேயே அணுக்கள், பூமி, சூரியன், உடுக்கள், உடுத்திரள்கள், கருங்குழிகளென அண்டம் மொத்தமும் பிணைக்கப்பட்டிருக்கின்றன. *13.8* பில்லியன் ஆண்டுகளுக்கு முன்னர், 'பிக் பாங்' பெருவிரிவுக் கணத்தில், மேலே குறிப்பிட்ட நான்கு விசைகளும் ஒன்றுடன் ஒன்று பிணைக்கப்பட்டுச் சமப்படுத்தப்பட்ட நிலையில் விசையற்று, ஒரே புள்ளியாய் அமைதியாக இருந்திருக்கின்றன. ஏதோ ஒரு கணத்தில், அந்த ஒருமைப்புள்ளியிலிருந்து ஈர்ப்பு விசை முதலில் பிரிந்தது. அதைத் தொடர்ந்து, திட அணு விசையும் அதிலிருந்து விலகியது. அதனால் ஏற்பட்ட உந்துதலினால் பெரிய வெடிப்புப் போன்ற விரிவு நிகழ்ந்தது. விரிவினால் 'வெளி' *(Space)* உருவாகும் கணத்தில், ஆறுவகைக் குவார்க்குகள் *(Quarks)* உருவாகின. அதைத் தொடர்ந்து, திடமற்ற அணு விசையும், மின்காந்த விசையும் பிரிந்தன. இப்போது, நான்கு அடிப்படை விசைகளும் தனித்தனியாகப் பிரிந்து நின்றன. இந்தக் கணத்தில் ஆறுவகை லெப்டான்கள் *(Leptons)* உருவாகின. ஆறுவகையான குவார்க்குகளில், மேல் குவார்க் *(UpQuark)*, கீழ்குவார்க் *(DownQuark)* ஆகிய இரண்டும் இணைந்து புரோட்டான்களையும், நியூட்ரான்களையும் உருவாக்கின. அண்டம் மிகப் பெரியதாக விரிவடைந்தது. இவையெல்லாம் ஒரு செக்கனுக்குள் நடந்து முடிந்தது. அண்டமும் பிரம்மாண்ட வடிவில் உருவெடுத்தது.

'பிக் பாங்' பெருவிரிவின் அடுத்த கட்ட நிலையில் தோன்றியவை குவார்க்குகளும். லெப்டான்களும்தான். இவற்றின் பெயர்களைப் பார்த்து நீங்கள் பயப்படத் தேவையில்லை. வேதியல் படிக்கும்போது, தனிமங்களின் அட்டவணையையும், பெயர்களையும் பார்த்து, வேதியியலே வேண்டாமெனத் தெறித்தோடியவர்கள் பலருண்டு. அந்தளவு பயம் இங்கே தேவையில்லை. அணு ஒன்றைப் பிரித்துக் கொண்டு போகும்போது, அதனுள் காணப்படும் நுண் அணுத்துகள்கள்தான் *(Subatomic Particles)* இவை. அண்டத்தை உருவாக்கியவை எவையோ, அவையே அணுக்களுக்குள்ளும் இருக்கின்றன. 'அணுவைப் பிரிக்க முடியாது' என்னும் கருத்து ஆரம்பத்தில் அறிஞர்களிடையே இருந்தது. ஆனால், எலெக்ட்ரான், புரோட்டான், நியூட்ரான் என்று அணு பிரிக்கப்பட்டது. தொடர்ந்து நியூட்ரானும், புரோட்டானும் எவற்றால் உருவாக்கப்பட்டன என்பதையும் கண்டுபிடித்தார்கள். ஆச்சரியப்படும் வகையில் அவை இரண்டுக்குள்ளும் இருந்தவை மேல்குவார்க், கீழ்க்குவார்க் என்னும் ஒரே வகையான குவார்க்குகளே! பொருட்கள் அனைத்தும் நியூட்ரான், புரோட்டான் ஆகியவற்றால் உருவானவை என்று எடுத்துக் கொண்டால், பூமியிலுள்ள அனைத்துப் பொருட்களும் குவார்க்குகளால் உருவானவைதான்.

இந்த நிலையில்தான் நான்கு அடிப்படை விசைகளையும் இணைத்து ஒரே சமன்பாட்டில் கொண்டுவர முடியும் என்ற சிந்தனை உருவாகியது. ஐன்ஸ்டைனில் ஆரம்பித்த இந்தத் தேடல், அவருக்குப் பின்னர் வந்த இயற்பியலாளர்களையும் ஆட்டிப் படைத்தது. இதைக் கண்டுபிடிப்பதே ஒரே நோக்கமாகப் பலர் பாடுபட்டார்கள். ஒரு வகையில், இந்த ஒருங்கமைச் சமன்பாடு சிருஷ்டியின் ஆரம்ப முடிச்சு என்றே சொல்லலாம். இதைக் கண்டுபிடித்துவிட்டால், அண்டத்தின் உருவாக்க இரகசியம் மொத்தமாகப் புரிந்துவிடும். அப்போதுதான் மின்காந்த விசையையும், திடமற்ற அணுவிசையையும் ஒன்றாக இணைத்து ஒரு கணிதச் சமன்பாட்டை மூன்று இயற்பியலாளர்கள் ஒன்றுசேர்ந்து உருவாக்கினர். பாகிஸ்தானைச் சேர்ந்த அப்துல் சலாம் *(Abdul Salam)*, ஷெல்டன் கிளாஸ்கோவ் *(Sheldon Glashow)*, ஸ்டீபன் வைன்பேர்க் *(Steven Weinberg)* ஆகிய மூவருக்கும் இந்த ஒருங்கிணைப்புச் சமன்பாட்டைக் கண்டுபிடித்ததற்காக நோபல் பரிசு

வழங்கப்பட்டது. இது இயற்பியலாளர்களுக்கு நம்பிக்கையையும், உற்சாகத்தையும் கொடுத்தது. இன்னும் ஒருபடிதான் மிச்சமிருந்தது. நான்காவது விசையையும் இணைத்துவிட்டால் போதும். அதனால், பலர் தொடர்ந்து கடுமையாக முயற்சித்தனர். ஆனால், ஏதோ ஒரு தவறு நேர்ந்துகொண்டே இருந்தது. ஈர்ப்பு விசையை மற்ற விசைகளுடன் இணைக்க முடியாமல் இருந்தது. அப்போதுதான், ஈர்ப்பு விசையின் வலிமை, வலிமையற்ற தன்மைகள் பற்றிய சந்தேகம் எழுந்தது. ஒருவகையில் பார்த்தால் இந்த அண்டத்திலுள்ள எல்லாமே ஈர்ப்பு விசையினால் ஒன்றையொன்று கவர்ந்தபடியே இருக்கின்றன. மிகவும் வலிமையான சக்தியாக அது இருக்க வேண்டிய நிலையில், வலிமையற்றதாகவும் காணப்படுகிறது. அண்டத்தில் உள்ள வெற்றிடமெங்கும் இந்த ஈர்ப்புவிசை பரவியிருக்கிறது. 150 மில்லியன் கிலோமீட்டர்கள் தூரத்தில் இருக்கும் பூமியைத் தனது ஈர்ப்பு விசையினாலேயே இழுத்து வைத்துக் கொண்டிருக்கிறது சூரியன். சூரியனுக்கும் பூமிக்கும் இடையில் இருப்பது மிகப்பெரிய வெற்றிடம். இந்த வெற்றிடத்தினூடாக எப்படிப் பூமியைச் சூரியன் இழுக்கிறது? எதைக் கொண்டு இழுக்கிறது? இழுக்கப் பயன்படுவது எதுவானாலும், அது பூமியிலிருந்து சூரியன் வரை 150 மில்லியன் கிலோ மீட்டர்களுக்கு அண்ட வெளியெங்கும் நிறைந்திருக்க வேண்டுமல்லவா? அப்படிப் பரவியிருப்பவற்றுக்குக் ‘கிராவிட்டான்கள்’ (Graviton) என்று பெயரிட்டார்கள்.

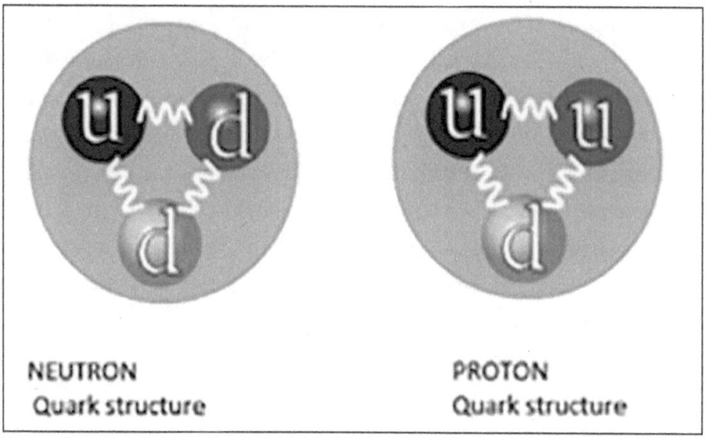

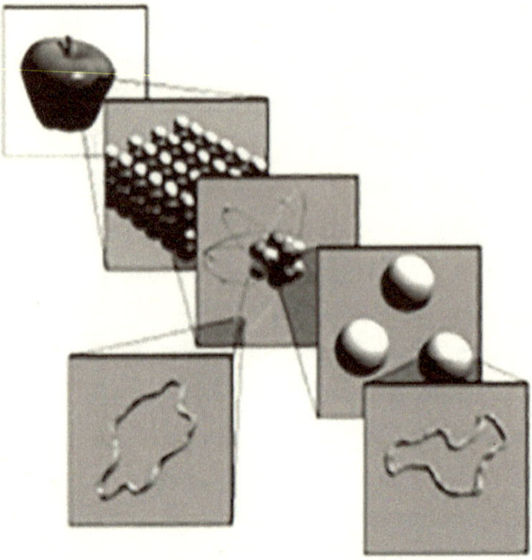

இந்தக் கிராவிட்டான் என்பது ஒருவகை போஸான் (Boson) ஆகும். 2012 ஆம் ஆண்டு கண்டுபிடிக்கப்பட்ட ஹிக்ஸ் போஸானைப் போல என்று வைத்துக்கொள்ளுங்கள். இந்தக் கிராவிட்டானின் ஏதோ ஒரு செயல்பாட்டினால்தான், விசைகளை ஒன்றாக்கும் சமன்பாடு சாத்தியமாகவில்லை என்பது புரிய ஆரம்பித்தது. அப்போதுதான் ஒருங்கமைக் கோட்பாட்டின் (theory of everything) அடிப்படைச் சமன்பாட்டைக் கண்டுபிடித்துவிட்டோம் என்ற குரல் எழுந்தது.

பேரண்டத்தின் பெருவிரிவுக்கு முன்னரான கணத்தைக் கடவுளின் கணம் என்று சொல்வார்கள். அண்டம் உருவாகக் காரணமான ஒருமைப்புள்ளி தானாக உருவாகியதோ, இல்லை அதைக் கடவுள் உருவாக்கினாரோ என்பது இங்கு முக்கியமில்லை. பேரண்ட விரிவின் அந்த முதல் கணத்தைக் கடவுளின் கணமென்றே சொல்லிக் கொள்ளலாம். அதைக் கண்டுபிடித்தால், கடவுளின் செயலைக் கண்டு கொண்டதற்குச் சமமாகும். அந்தளவிற்கு முக்கியமானது ஒருங்கமைச் சமன்பாடு. அதைக் கண்டுபிடித்துவிட்டதாகச் சொன்னபோது, அறிவியல் உலகமே உற்சாகத்தில் துள்ளியது.

நியூட்ரான், புரோட்டான் ஆகியவை குவார்க்குகளால் ஆனவையென்று முன்னர் சொல்லியிருந்தேனல்லவா? கணிதத்தின் வழியாகக்

கோட்பாட்டு ரீதியில் குவார்க்கினுள் என்ன இருக்கலாமென்று ஆராய்ந்த இயற்பியலாளர்கள் சிலர், ஒரு முக்கிய முடிவுக்கு வந்தனர். முடிவுகள் அனைத்தும் கணிதத்தின் அடிப்படையில் உருவானவை. குவார்க்குகள், வயலின் வாத்தியத்தில் இருக்கும் அதிர்விழைகள் (*Strings*) போன்றவற்றால் உருவாக்கப்பட்டிருக்கலாம் என்பதே அவர்கள் முடிவாயிருந்தது. மிக நுண்ணிய அளவுகொண்ட அதிர்விழைகள் அவை.

கோட்பாடுகளின் அடிப்படையில் ஒருங்கமைச் சமன்பாட்டை இதன்மூலம் தீர்க்க முடிந்தது. எல்லாமே அதனதன் இடத்தில் சுலபமாகப் பொருந்தின. சரிசெய்யவே முடியாது என்று நினைத்த சமன்பாட்டைச் சரிசெய்ய முடிந்தது. இயற்பியலாளர்கள் மகிழ்ச்சியில் துள்ளிக் குதித்தனர். இதுவே, அனைத்து விசைகளையும் ஒன்றிணைக்கும் சமன்பாடு என்ற முடிவுக்கும் வந்தனர். ஐன்ஸ்டைனின் கனவு நனவாகியது. ஆனாலும், அந்த மகிழ்ச்சிக்குத் தடையாகத் திடீரென ஒரு சிக்கல் ஏற்பட்டது. அதே ஸ்ட்ரிங் தியரியை முன்வைத்து மேலுமொரு புதிய கணிதச் சமன்பாடு வேறொரு இயற்பியலாளரால் உருவாக்கப்பட்டது. அதன் பின்னர் இன்னுமொன்று. இப்படிப் படிப்படியாக ஐந்து சமன்பாடுகள் அதிர்விழைக் கோட்பாட்டை வைத்து உருவாக்கப்பட்டன. எல்லாச் சமன்பாடுகளும் தவறில்லாமல் இருந்தன. நான்கு அடிப்படை விசைகளையும் இணைத்து உருவாக்கப்பட்டவைதான் அவை. இப்போது இயற்பியலாளர்கள் குழப்பத்திற்கு உள்ளானார்கள். கணித முடிவு என்றாலே அது உண்மையாகத்தான் இருக்க வேண்டும். ஒரு சிக்கலுக்கு கணிதத்தின் தீர்வாய் ஒன்றேயொன்றுதான் இருக்க வேண்டும், இருக்க முடியும். ஆனால், இங்கு எப்படி ஐந்து தீர்வுகள் வந்தன? இருப்பதானால், ஒரேயொரு கணிதச் சமன்பாடு மட்டுமே இருக்க முடியும். உண்மை என்பது ஒன்றுக்கு மட்டுமே சாத்தியமானது. ‘இப்படியான ஐந்து சமன்பாடுகள் எப்படிச் சாத்தியம்?’ என்று குழம்பிப்போனார்கள் (இந்த ஐந்து ஸ்ட்ரிங் தியரிகளையும் கண்டுபிடித்தவர்களில் ‘அசோக் சென்’ (*Ashok Sen*) என்னும் கொல்கத்தாக்காரரும் ஒருவர்). இந்தச் சிக்கலுக்கும் ஒரு முடிவு வந்தது. ஒரு உண்மைக்கு ஐந்து தீர்வுகள் இருக்க முடியாது என்னும் அடிப்படையில், ‘எம் தியரி’ (*M Theory*) என்னும் பெயரில் ஒரேயொரு தீர்வைக் கொண்டுவந்தார்

ஒருவர். கிராவிட்டான்கள் மூலம் கிடைக்கும் ஈர்ப்பு விசை பெரிதாக இருந்தாலும் ஏன் இவ்வளவு வலுவற்றதாக இருக்கிறது என்ற சிந்தனையில், இந்த 'எம் தியரியை' அவர் உருவாக்கினார். கண்டுபிடிக்கப்பட்ட ஐந்து அதிர்விழைக் கோட்பாடுகளும் வேறு வேறானவை அல்ல, ஐந்தும் ஒரு கோட்பாட்டைச் சொல்பவைதான் என்று எம் தியரி நிரூபித்தது. இறுதியாக ஒரேயொரு கணிதச் சமன்பாடுதான் உண்மையானது என்ற முடிவும் கிடைத்தது.

இந்த முடிவுகளுக்கு எப்படி வந்தார்கள்? ஏன் ஐந்து விதமான அதிர்விழைக் கோட்பாடுகள் உருவாகின? என்பதைப் பல்பரிமாணங்களைக்கொண்டு *(Multidimensions)* புரியவைத்தார்.

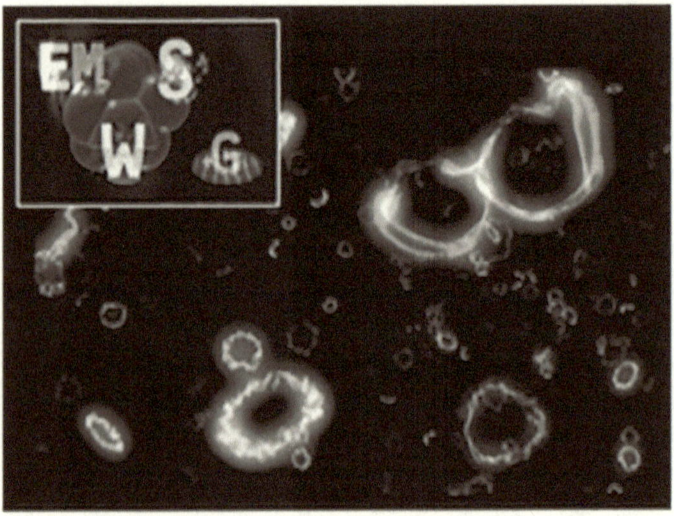

அடுத்து விளக்கமாக இதை நாம் பார்க்கலாம். அதற்கு முன், இந்தக் கட்டுரை மூலம் நான் சொல்லவந்த முக்கிய விசயத்தைச் சொல்லிவிடுகிறேன்.

கோட்பாட்டளவில், அணுவைப் பிளந்து, அதனுள்ளிருக்கும் நியூட்ரோன்கள், புரோட்டான்களைக் கடைசிவரை பிரித்து அதனுள் என்ன இருக்கிறதென்று பார்த்தால், அங்கு எதுவுமே இருக்கவில்லை. அங்கு இருந்தது இசை மட்டும்தான். பிளாங்க் அளவுகொண்ட

நுண்ணிய அதிர்விழைகள் அங்கு அதிர்ந்து இசையை உருவாக்கிக் கொண்டிருந்தன. இதிலிருந்து, நான், நீங்கள், நீங்கள் அமர்ந்திருக்கும் நாற்காலி அனைத்தும் இசையினால் உருவாக்கப்பட்டவை என்பது முடிவாகிறது. என்ன நம்புவதற்குக் கடினமாக இருக்கிறதா? ஆனால், இதுவே உண்மை என்கிறது ஸ்ட்ரிங் தியரி. அணுவுக்குள் இருக்கும் ஏனைய நுண் அணுத்துகள்களும், இந்த அதிர்விழைகளாகவே துடித்துக்கொண்டிருக்கின்றன என்கிறார்கள். அண்டம் முழுவதும் பரவியிருக்கும் கிராவிட்டன்கள்கூட அதிர்விழைகளாகவே துடித்துக் கொண்டிருக்கின்றன. அதாவது எங்கும் இசை. எங்கும் நாதம். 'அண்டத்தில் இருப்பது பிண்டத்தில்' என்று முன்னோர் சொல்வது போல, அணுமுதல் அண்டம்வரை இசையின் இராச்சியமே நடந்து கொண்டிருக்கிறது. நமது ஒட்டுமொத்த அண்டமும், ஓயாத ஒரு சிம்பனி *(Symphony)* போல முழங்கிக்கொண்டிருக்கிறது.

'நாத விந்து கலாதி நமோ நம' என்ற அருணகிரிநாதரின் திருப்புகழ் ஞாபகம் வருகிறதல்லவா? தாள லயத்துடன் சிவனால் ஆடப்படும் நடனம்தான் இந்தப் பேரண்டம் என்ற கருத்து இந்து மதத்தில் உள்ளதல்லவா? 'ஓ' என்னும் ரீங்காரத்தில்தான் மொத்த அண்டமும் இயங்குகிறது என்றும் அது சொல்கிறது அல்லவா? இவையெல்லாமே இங்கு சரியாகப் பொருந்துகின்றன.

அது மட்டுமில்லை, 'ஆதியிலே வார்த்தையிருந்தது. அந்த வார்த்தை தேவனிடத்திலிருந்தது' என்று பைபிள் சொல்வதும் இங்கு பொருந்திப் போகிறது. வார்த்தை என்பதும் ஒலிதானே! அண்டம் இசையினால் இயங்கிக்கொண்டிருக்கிறது என்ற முடிவுக்கு நவீன அறிவியலின் அதிர்விழைக் கோட்பாடு வந்திருக்கிறது. இதை ஆன்மீகம் எப்போதோ சொல்லிவிட்டது. அறிவியல், ஆன்மீகம் இரண்டும் இங்கு ஒரே தளத்தில், ஒரு புள்ளியில் ஒன்றாகச் சந்திக்கின்றன. அறிவியலின் உச்சியில் இருந்த நம் முன்னோர்கள், இவற்றையெல்லாம் எப்படியோ முன்னரே அறிந்திருக்கலாம். அவற்றை ஆன்மீகத்தினூடாக நமக்கு விளக்க முயற்சித்தும் இருக்கலாம்.

★

இறந்த பின்னும் இருக்கிறோமா?

[எம் தியரியும், பல்பரிமாணங்களும்]

'அண்டத்தின் பேரண்ட ரகசியமும், அதிர்விழைக் கோட்பாடும்' கட்டுரையின் தொடர்ச்சியே இந்தக் கட்டுரை.

20ம் நூற்றாண்டில் நம்பவே முடியாத பல அறிவியல் முடிவுகளை வெளியிட்டு, உலகையே குலுங்க வைத்தவர் 'அல்பேர்ட் ஐன்ஸ்டைன்.' சாத்தியமேயில்லை என்று நினைக்கும் பல இயற்பியல், கணிதக் கோட்பாடுகளை அவர் வெளியிட்டபோது, திகைத்து நின்றது உலகம். அண்டவெளியில் (Space) அதிவேகமாக இயங்கும்போது, காலம் சுருங்குகிறது என்றும், ஈர்ப்பு விசை ஒளியையே வளைக்கிறது என்றும், நம்பவே முடியாத ஆச்சரியமான இயற்பியல் கோட்பாடுகளை வெளியிட்டார். அவர் கூறியவற்றைப் பரீட்சித்துப் பார்த்தபோது, அவை உண்மைதான் என்று தெரியவந்தது. இதனால், ஐன்ஸ்டைன் மீது அதீத நம்பிக்கையும், மரியாதையும் உருவாகியது. அவர் சொன்னவை எவையானாலும் தப்பாக இருக்க முடியாது என்ற முடிவுக்கு சக அறிஞர்கள் வர ஆரம்பித்தனர். இந்தச் சூழ்நிலையில், ஐன்ஸ்டைன் 'ஒருங்கமைக் கோட்பாடு' (Theoryofeverything) பற்றிய கருத்தை முன்வைத்தார். பெரிதாக விரிவடைந்த அண்டத்திற்கும், சிறிய அணுவுக்கும் அடிப்படையான விசைகளை (forces) ஒரே கணிதச் சமன்பாட்டில் அடக்கும் முயற்சி அது. ஆனால், ஐன்ஸ்டைன்

உயிருடன் இருக்கும்வரை அப்படியானதொரு சமன்பாட்டை அவரால் கண்டுபிடிக்க முடியவில்லை. ஆனால் ஐன்ஸ்டைனில் இருந்த நம்பிக்கையினால், அந்தக் கணிதச் சமன்பாட்டைத் தேடிப் புறப்பட்டனர் இளம் நவீன இயற்பியலாளர்கள்.

இறுதியாக அந்தச் சமன்பாட்டை நவீன இயற்பியலாளர்கள் கண்டு பிடித்ததாகவும் அறிவித்தனர். ஆனால், ஒரு சமன்பாடு இருக்க வேண்டிய நிலையில், ஐந்து சமன்பாடுகள் கண்டுபிடிக்கப்பட்டன. கணிதச் சமன்பாடுகள் பெரும்பாலும் ஒரு மாறாத விதிக்கு *(Law)* உட்பட்டே அமைகின்றன. ஒரு விதிக்கு உட்பட்டு அமையும் கணிதச் சமன்பாடு, எந்தக் காலத்துக்கும் மாறாமல் உண்மையானதாக இருக்கும். உண்மை எப்போதும் ஒன்று என்பதால், ஒரு விதிக்கு எப்போதும் ஒரு கணிதச் சமன்பாடே இருக்க முடியும். ஆனால், இங்கு ஐந்து சமன்பாடுகள் கண்டுபிடிக்கப்பட்டதால் குழப்பம் அதிகரித்தது. குழப்பத்திற்குக் காரணம், அந்த ஐந்து சமன்பாடுகளும் சரியானவையாக இருந்ததே! கண்டுபிடிக்கவே முடியாது என்று நம்பிய ‘தியரி ஆஃப் எவ்ரிதிங்’ கோட்பாட்டிற்கு முடிவு கிடைத்தாலும், அந்த முடிவில் தெளிவு கிடைக்கவில்லை. ஒரு சமன்பாட்டைத் தேடிப் போனால், ஐந்து சமன்பாடுகள் கிடைக்கின்றன. அந்தச் சமன்பாடுகளுக்கு அடிப்படையாய் இருந்ததுதான், அதிர்விழைக் கோட்பாடு எனப்படும் ‘ஸ்ட்ரிங் தியரி’ *(String Theory)*. அணுவுக்குள் இருக்கும் நுண் துகள்களைப் பிரித்துப் பார்த்தால், இறுதியாகக் காணப்படுவது ‘அதிர்ந்துகொண்டிருக்கும் நுண்ணிய இழைகள்தான்’ என்கிறது ஸ்ட்ரிங் தியரி.

கடந்த கட்டுரையில் இவற்றையெல்லாம் விரிவாகப் பார்த்திருந்தோம். இந்தச் சிக்கலை அறிவியல் அறிஞர்கள் எப்படி எதிர்கொண்டார்கள்? அதன்மூலம் அவர்கள் கண்டுகொண்ட முடிவுகள் என்ன? என்பதைத்தான் நாம் இங்கு விரிவாகப் பார்க்கப்போகின்றோம். ஸ்ட்ரிங் தியரியின் சிக்கல் முடிச்சு ஒருவாறு அவிழ்க்கப்பட்டது. அதன்மூலம் நமக்குக் கிடைத்தவை பிரமிப்பூட்டும் ஆச்சரியங்கள்தான். நம்பவே முடியாத கோட்பாடுகள் அவை. நமது அடிப்படை நம்பிக்கைகளைக் கூட அசைத்துப் பார்க்க வல்லவையாக அவை இருந்தன. ‘எம் தியரி’ *(M Theory)*, பல்பரிமாணங்கள் *(Multidimensions)*, மென்சுவர் *(Membrane)*, இணை அண்டம்

(ParallelUniverse), பல் அண்டம் *(Multiverse)* எனப் புதிய பிரமிப்பூட்டும் ஆச்சரியக் கோட்டைகளைத் தெரியவைத்தன. அவற்றை முடிந்தளவுக்கு விளக்கமாக நாம் பார்க்கலாம்.

'பிக் பாங்' பெருவிரிவினால் உருவான பேரண்டத்தில், பில்லியன் பில்லியன் பில்லியன் உடுத்திரள்களும் (காலக்ஸிகள்), நெபுலாக்கள் எனப்படும் தூசிப் படலங்களும் காணப்படுகின்றன. இவை அனைத்தும் ஈர்ப்பு விசையினால் ஒன்றுடன் ஒன்று ஈர்க்கப்பட்டு அண்டமெங்கும் பரவியிருக்கின்றன. ஈர்ப்புவிசையானது, 'கிராவிட்டான்கள்' *(Graviton)* என்னும் அடிப்படை நுண்துகள்களால் உருவாவது. இந்தக் கிராவிட்டான்கள், அண்டவெளியெங்கும் பரவி ஈர்ப்பு விசையாகச் செயல்பட்டுக்கொண்டிருக்கின்றன. கிராவிட்டான்களும், அதிர்விழைகளாலேயே *(Strings)* உருவானவையென்று அதிர்விழைக் கோட்பாடு சொல்கிறது. ஒரு சாதாரண 'ரப்பர் இழை' *(Rubber Band)* எப்படியிருக்குமோ, அதேபோல, மிகமிக நுண்ணிய வடிவத்தில் இந்த அதிர்விழைகள் காணப்படுகின்றன. ரப்பர் இழைகள் வட்ட வடிவத்திலும் இருக்கும். அதேபோல, இடையில் துண்டிக்கப்பட்டு, இரண்டு நுனிகளையுடைய நேரான வடிவத்திலும் இருக்குமல்லவா? அதுபோல, இந்த அதிர்விழைகளும் 'மூடிய இழை' *(Closed String)*, 'திறந்த இழை' *(Open String)* என இரண்டுவித வடிவங்களில் காணப்படுகின்றன. கிராவிட்டான்கள் மூடிய வட்டவடிவ அதிர்விழைகளாகவும், ஏனைய அனைத்தும் திறந்த அதிர்விழைகளாகவும் அண்டத்தில் காணப்படுவதாகக் கோட்பாடு சொல்கிறது.

இந்த இரண்டுவித அதிர்விழைகளை மையமாக வைத்து உருவானதுதான் ஸ்ட்ரிங் தியரி. அதைச் சமன் செய்ய ஐந்து சமன்பாடுகள் கிடைத்ததால், இந்த இடத்தில் ஏதோ தவறு இருக்கின்றது என்பதைப் புரிந்துகொண்டனர். அப்போது (1990 இல்), 'எட்வார்ட் விட்டன்' *(Edward Witten)* என்னும் இயற்பியலாளர், இந்த ஐந்து சமன்பாடுகளையும் ஒன்றிணைத்துப் புரட்சிகரமான கோட்பாடொன்றைக் கொண்டுவந்தார். அவர் தந்த கோட்பாடுதான், 'எம் தியரி' *(M theory)* என்ற பெயரைப் பெற்றுக்கொண்டது. ஐந்து ஸ்ட்ரிங் தியரி சமன்பாடுகளையும் ஒன்றுபடுத்திப் பொதுவான ஒரே சமன்பாட்டுடன் அந்த எம் தியரி உருவாக்கப்பட்டது.

எட்வார்ட் விட்டன் வெளியிட்ட 'எம் தியரி' சொல்வது இதுதான். "நாம் மூன்று பரிமாண உலகத்தில் வாழ்ந்துகொண்டிருப்பதாக எண்ணிக்கொண்டிருக்கிறோம். ஆனால், அது உண்மையல்ல. நாம் வாழும் மூன்று பரிமாணங்களுடன் (Dimensions), 'காலவெளி' என்னும் 'ஸ்பேஸ்டைம்' *(Spacetime)* நான்காவது பரிமாணமாகிறது. பரிமாணங்களின் எண்ணிக்கை அத்துடன் நின்றுவிடவில்லை. இந்த நான்கு பரிமாணங்களுடன், மேலும் ஆறு பரிமாணங்களும் இருக்கின்றன. அதிர்விழைக் கோட்பாட்டின் மூலம் கண்டுபிடிக்கப்பட்ட ஐந்து சமன்பாடுகளும், ஐந்து பரிமாணங்களுக்குச் சொந்தமானவை. ஒவ்வொரு சமன்பாடும், ஒவ்வொரு பரிமாணத்தைப் பிரதிநிதித்துவப்படுத்துபவை. ஆறாவது பரிமாணத்தின் சரியான விளக்கத்தை இன்னும் நாம் கண்டுபிடிக்கவில்லை. அதிர்விழைக் கோட்பாட்டில் ஐந்து சமன்பாடுகள் இருப்பதற்கு இதுதான் காரணம். ஒன்றையொன்று பிரதிபலிக்கக்கூடிய ஐந்து விம்பங்கள் போன்றவை, இந்த உலகின் ஐந்து பரிமாணங்களும். இதன்படி நாம் மொத்தமாகப் பத்துப் பரிமாணங்கள் கொண்ட உலகத்தில் வாழ்ந்து கொண்டிருக்கிறோம்."

நாம் வாழும் பூமியிலும் அண்டத்திலும், முன்பின், இடம் வலம், மேல் கீழ் என்னும் மூன்று பரிமாணங்கள் இருக்கின்றன என்பதை மட்டுமே நம்மால் கற்பனை செய்ய முடிகிறது. அதற்கு மேல் நான்காவதாக இன்னுமொரு பரிமாணம் உள்ளதென்பதை நம்மால் புரிந்துகொள்ளவே முடியாது. ஆனால், மொத்தமாகப் பத்துப் பரிமாணங்கள் இருக்கின்றன என்று எம் தியரி சொல்லும்போது, அதை எப்படி நம்மால் நம்ப முடியும்? நவீன இயற்பியலின் இந்த முடிவு ஏனோதானோவென்று எடுக்கப்பட்டு, ஒரு புனைகதைபோல் சொல்லப்படவில்லை. அனைத்தையும் கணித, இயற்பியல் சமன்பாடுகளுக்குள் உள்ளடக்கி, அறிவியல் ஆதாரச் சான்றுகளுடன், முழுமையான ஒரு கோட்பாடாகத்தான் எம் தியரி சொல்கிறது. நவீன இயற்பியல் ஆராய்ச்சிகளின் இறுதி முடிவாக 'மிகையீர்ப்பு விசை' *(Supergravitation)* என்பதும் ஒரு பரிமாணமாக ஏற்றுக் கொள்ளப்பட்டு, மொத்தமாக 11 பரிமாணங்கள் (Dimentions) அண்டத்தில் உண்டு என்ற முடிவு தீர்மானமாக எடுக்கப்பட்டது. ஆனாலும், அதிர்விழைக் கோட்பாடும், எம் தியரியும் முழுமையாக

நிரூபிக்கப்பட முடியாமல், இன்றுவரை கோட்பாடாகவே இருப்பதால், இவற்றை விமர்சிக்கும் இயற்பியலாளர்களும் இல்லாமலில்லை.

பூமியில் வாழும் மனித இனத்தால் இடம் வலம், மேல்கீழ், முன்பின் என்ற மூன்று பரிமாணங்களூடாக மட்டுமே தற்சமயம் பிரயாணம் செய்ய முடிகிறது. ஆனால், ஐன்ஸ்டைனின் சார்புவேகக் கோட்பாட்டின்படி, நான்காவது பரிமாணமான காலத்தினூடாகவும் மனிதனால் பயணம் செய்யமுடியும் என்ற நம்பிக்கை உண்டு. தற்சமயம் காலத்தினூடாகப் பயணம் செய்யும் சாத்தியம் இல்லாவிட்டாலும், அதற்கான சாத்தியக்கூறுகளை இயற்பியல் அறிஞர்கள் ஆராய்ந்துகொண்டுதான் இருக்கின்றனர். இதன் அடுத்த படியாக, ஐந்திலிருந்து பதினொராவது பரிமாணங்களுக்குள் மனிதனால் பயணிக்க முடியுமா? அல்லது முடியாதா? என்னும் கேள்விகளும் இருக்கின்றன. இந்த நேரத்தில், இந்தக் கோட்பாடுகள் சொல்லியிருக்கும் இன்னுமொரு முக்கிய கருத்தையும் நாம் கவனிக்க வேண்டும். அண்டத்தின் அனைத்துப் பரிமாணங்களும், ஒரு நுண்ணிய மென்சவ்வு போன்ற சுவரினால் பிரிக்கப்பட்டிருக்கின்றன. ஒவ்வொரு பரிமாணமும் அதன் அடுத்த பரிமாணத்துக்கு மிகமிக அருகில்

காணப்படுகின்றன. இந்த மென்சவ்வுச் சுவர் அமைப்பைத்தான் ‘பிரான்’ (*Brane*) அல்லது ‘மெம்பிரான்’ (*Membrane*) என்கிறார்கள். இந்த மெம்பிரான் என்பதிலிருந்துதான், *M Theory*-க்கான ‘*M*’ தோன்றியதாகவும் சொல்வார்கள்.

பரிமாணங்கள் ஒவ்வொன்றும், ஒன்றுக்கொன்று மிக அருகிலேயே காணப்படுகின்றன என்பதை வார்த்தைகளால் சொல்லும்போது, உங்களால் கற்பனை செய்துபார்க்க முடியாது. அதைப் புரிந்துகொள்ள இப்படிச் சிந்தித்துப் பாருங்கள். இரண்டு புள்ளிகளுக்கிடையே முன்பின்னாகச் செல்லும் நேர்கோடு, ஒரு பரிமாணம் எனப்படுகிறது. அந்த நேர்கோட்டிற்கு இடம் வலமாகச் செல்வது இரண்டாம் பரிமாணம் ஆகிறது. இந்த இரண்டாவது பரிமாணம் தட்டையான பரப்பைக் கொண்டதாக இருக்கும். இந்த இரண்டாவது பரிமாணத்திற்கு மேலும் கீழுமாக இருப்பது மூன்றாவது பரிமாணம். இந்த முப்பரிமாணம் மூடப்பட்ட பெட்டிபோன்று அமைந்திருக்கும். இப்போது மீண்டும், முதலாவது பரிமாணமான நேர்கோட்டிற்கு வருவோம். நேர்கோட்டில் முன்பின்னாக மட்டும் ஒரு உயிரினம் இயங்கிக்கொண்டிருந்தால், அது ஒரு பரிமாணத்தில் இயங்கும் விலங்கு என்று எடுத்துக்கொள்ளலாம். அந்த ஒரு பரிமாண நேர்கோட்டிற்கு வலமாகவோ, இடமாகவோ ஒரு மில்லிமீட்டர் அளவிலாவது அந்த உயிரினம் பக்கவாட்டில் நகர்ந்தால் அது இரண்டாம் பரிமாணமாகிவிடும். அதாவது, முதலாவது பரிமாணத்தின் இடது பக்கத்திலோ அல்லது வலது பக்கத்திலோ ஒரு மில்லிமீட்டருக்குக் குறைவான இடத்திலேயே இரண்டாவது பரிமாணம் ஆரம்பமாகிவிடுகிறது.

ஒரு மில்லிமீட்டர் அல்ல, மிகச் சிறிய அளவான நானோ மீட்டர்கள் நகர்ந்தாலும் இரண்டாம் பரிமாணம்தான். அப்படியெனில், முதலாவது பரிமாணத்தையும், இரண்டாவது பரிமாணத்தையும் பிரிப்பது மிக மிகச் சிறிய அளவீடுதான். அதேபோல, இந்த இரண்டு பரிமாணங்களுக்கு மேலாகவோ, கீழாகவோ நானோ மீட்டருக்குக் குறைவான உயரத்தில் மூன்றாவது பரிமாணம் ஆரம்பமாகிவிடுகிறது. இந்த மூன்று பரிமாணங்களும் மிகச் சிறிய இடைவெளியுடன் அருகருகே இருக்கின்றன. இது உங்களுக்குப்

புரிகின்றதா? அதாவது முதல் மூன்று பரிமாணங்களும் மிகமிக மெல்லிய கோடு ஒன்றினால்தான் பிரிக்கப்பட்டிருக்கின்றன. அதுபோலவே, நான்காவது பரிமாணம், ஐந்தாவது பரிமாணம் முதல் பதினொரு பரிமாணம் வரை ஒன்றுக்கொன்று மிக அருகிலேயே காணப்படுகின்றன. கிட்டத்தட்ட ஒன்றுடன் ஒன்று மெல்லிய மென்சுவரால் (மெம்பிரான்) பிரிக்கப்பட்டது போலக் காணப்படுகின்றன.

இதுவரை, பரிமாணங்கள் பற்றி நான் சொல்லியிருப்பது உங்களுக்குப் புரிந்திருக்குமென்றே நினைக்கிறேன். ஆனாலும், இந்தப் பரிமாணங்கள் சம்பந்தமாக இப்போது சொல்லப்போகும் தகவல்கள் நீங்கள் எதிர்பார்க்காததாக இருக்கும். இந்தத் தகவல்களை உங்களால் ஏற்றுக்கொள்ள முடியாமல் கூடப்போகலாம். இப்போது நான் சொல்லப்போவதே இந்தக் கட்டுரையின் தலைப்புக்கு அடிப்படையாக இருப்பதும் அதுதான்.

மூன்று உயிரினங்களைக் கற்பனை செய்து கொள்ளுங்கள். ஒன்று முன்பின்னாக நகரும் ஒரு பரிமாணத்தில் மட்டும் வாழும் ஒரு உயிரினம். மற்றது முன்பின், இடம்வலம் என்று தட்டையான இடத்தில் நகரக்கூடிய இரண்டு பரிமாணத்தில் வாழும் ஒரு எறும்பு. மூன்றாவது முன்பின், இடம் வலம், மேல் கீழ் என அனைத்திலும்

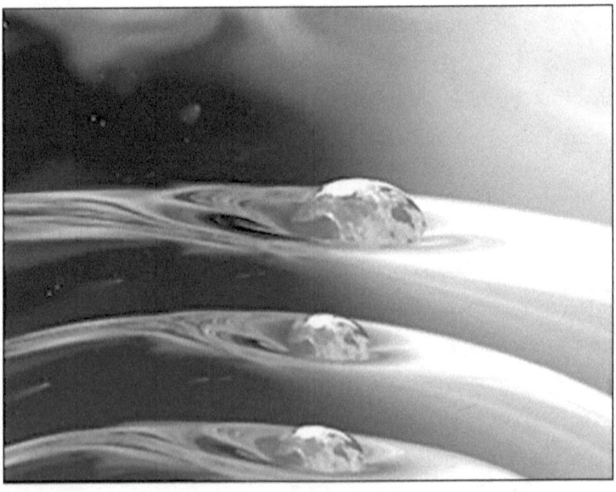

நகரக்கூடிய முப்பரிமாணத்தில் வாழும் ஒரு கழுகு. ஒரு பரிமாணத்தில் வாழும் உயிரினத்தால், இடம் வலமாக வாழ்ந்துகொண்டிருக்கும் எறும்பை எப்போதும் காணவே முடியாது. எறும்பு இடம் வலமாக நகரும்போது, ஒரு பரிமாணக் கோட்டை எப்போது தாண்டுகிறதோ, அப்போது மட்டும் அந்த உயிரினத்தால் அந்த எறும்பைக் காண முடியும். ஆனால் இரண்டு பரிமாணத்தில் வாழும் எறும்பினால் ஒற்றைப் பரிமாணத்தில் வாழும் அந்த உயிரினத்தை எப்போதும் காண முடியும். இதுபோல, மூன்று பரிமாணத்தில் நகரக்கூடிய கழுகினால், இரண்டு பரிமாணத்தில் நகரும் எறும்பையும் அந்த உயிரினத்தையும் எப்போதும் காண முடியும். ஆனால், அவற்றினால் மேலே இருக்கும் கழுகைக் காணவே முடியாது.

மேலே நான் சொல்லியிருப்பதை நீங்கள் சரியாகப் புரிந்து கொண்டிருந்தால், நான் சொல்லப்போவதையும் புரிந்துகொள்வீர்கள். பூமியிலோ, அண்டத்திலோ மொத்தமாகப் பதினொரு பரிமாணங்கள் உள்ளன என்று சொன்னேன் அல்லவா? அப்படிப் பதினொரு பரிமாணங்கள் இருக்கும் பட்சத்தில், ஒவ்வொரு பரிமாணத்திலும் வெவ்வேறு உயிரினங்கள் வாழ்ந்துகொண்டிருக்கலாம் அல்லவா? இரு பரிமாணத்தில் இயங்கும் எறும்புக்கு, முப்பரிமாணத்தில் இயங்கும் கழுகு என்னும் பறவை இருக்கிறது என்று சொன்னால், அந்த எறும்பால் அதைப் புரிந்துகொள்ளவோ, நம்பவோ முடியாது. காரணம், கழுகு மூன்றாவது பரிமாணத்திலேயே எப்போதும் பறந்து கொண்டிருப்பது. எந்தச் சமயத்தில் கழுகு, இரையைப் பிடிக்க இரண்டாம் பரிமாணத்தில் நுழைகிறதோ, அப்போது கழுகின் கால் பகுதியை அசையும் நிழல்போல எறும்பால் காணமுடியும். அப்போது மட்டுமே அப்படி ஒன்று உண்டு என்பதை எறும்பு நம்பும். அதுபோல, நான்காவது, ஐந்தாவது, ஆறாவது எனப் பதினொரு பரிமாணங்களில் உயிரினங்கள் வாழ்கின்றன என்று சொல்லும்போது, நம்மால் அதை நம்ப முடியாது. அப்படியொன்றை நம்மால் கற்பனைகூடச் செய்யமுடியாது. ஆனால், கடந்து வந்த மனித வரலாற்றில், ஆவி, பேய்கள் போன்ற உருவங்களையும், அரக்கர்கள், தேவர்கள் போன்றவர்ளையும், கடவுள் உருவங்களையும் மனிதன் கண்டிருக்கிறான் என்று படித்திருக்கிறோம், சொல்லக் கேள்விப்பட்டிருக்கிறோம். பல சமயங்களில் அதை நம்பவும்

செய்கிறோம். பேய்களைக் கண்டதாகச் சொல்பவர்களில் பலர் உங்களின் நம்பிக்கைக்குரியவராகவும் இருப்பார்கள். அநாவசியத்துக்கு அவர்கள் உங்களிடம் பொய் பேச வேண்டியதேயில்லை. ஆனாலும், நிழல்போன்ற ஏதோவொன்றைக் கண்டதாகச் சொல்வார்கள். இதை இப்படிச் சிந்தித்துப் பாருங்கள். அவர்கள் கண்டவையெல்லாம், கடவுளாகவும் பேய்களாகவும் அரக்கர்களாகவும் இல்லாமல் வெவ்வேறு பரிமாணங்களில் வாழும் உயிரினங்களாக இருக்கக் கூடாது. ஒவ்வொரு பரிமாணமும் அதிகரித்துச் செல்ல, அதில் வாழும் உயிரினத்தின் ஆற்றலும் அதிகரிக்கும் அல்லவா? ஒரு பரிமாணத்தில் வாழும் உயிரினத்தைவிட, இரண்டு பரிமாணத்தில் வாழும் எறும்பு அதிக ஆற்றலுடையதாகவும், அதைவிட மூன்றாவது பரிமாணத்தில் வாழும் கழுகு அதிக ஆற்றலுடையதாகவும் இருக்கின்றது. அதுபோல, பதினொராவது பரிமாணத்தில் வாழும் உயிரினம், அதியுயர் உச்ச ஆற்றல் வாய்ந்ததாக இருக்கலாம் அல்லவா? அந்த அதியுயர் ஆற்றல் படைத்ததைத்தான் நாம் 'கடவுள்' என்று சொல்கிறோமா?

கொஞ்சம் அமைதியாக இதுவரை நான் கூறியதைச் சிந்தித்துப் பாருங்கள். கடவுள் என்றோ, தேவர்கள் என்றோ, அரக்கர்கள் என்றோ, பேய்கள் என்றோ, ஆவிகள் என்றோ நாம் நினைப்பவை எல்லாம், ஒவ்வொரு பரிமாணத்திலும் வாழும் உயிரினங்களாக ஏன் வாழ்ந்துகொண்டிருக்கக் கூடாது? இப்போது இதை நம் சமய இலக்கியங்கள் சொன்ன சில கருத்துகளுடன் ஒப்பிட்டுப் பாருங்கள். மேலுலகம், கீழுலகம் என ஈரேழு உலகங்கள் உண்டெனவும், ஒவ்வொரு உலகத்திலும் வெவ்வேறு வகையினர் வாழ்வதாகவும் அவற்றில் சொல்லியிருக்கிறதல்லவா? இந்த உலகங்கள் ஏன் ஒவ்வொரு பரிமாணமாக இருக்கக் கூடாது?

மேலே இருக்கும் பரிமாணங்களில் வாழ்பவர்கள் அப்பப்போ நாம் வாழும் மூன்றாவது பரிமாணத்திற்குள் நுழையும்போது, அவர்களைச் சிலர் கண்டுகொள்கின்றனர் என்றும் எடுத்துக் கொள்ளலாம் அல்லவா? ஆதிகாலத்தில் மனிதனுடன் அவர்கள் ஏதோ ஒரு காரணத்தினால் அடிக்கடி தொடர்புகளையும் வைத்திருந்திருக்கலாம் அல்லவா? இவையெல்லாவற்றுக்கும் சான்றாக பண்டையச் சமய இலக்கியங்களில் பல உதாரணங்களை நீங்கள் கண்டு கொள்ளலாம். ஆதிகால மனிதனால் செய்திருக்கவே முடியாத சாத்தியமில்லாத பல

விசயங்கள் நடைபெற்றிருப்பதற்கு நிறையச் சான்றுகள் இன்றும் நம் கண்முன்னே உள்ளன.

அந்த ஆதி மனிதனுக்கு ஏதோ ஒரு மேல் பரிமாணத்தில் வாழும் ஒரு இனம் உதவியிருக்கலாம் அல்லவா? இப்படி நான் சொல்லும்போது, நீங்கள் ஒரு ஆன்மீகவாதியாக இருந்தால் கோபப்படவே செய்வீர்கள். ஆனால், இந்தச் சாத்தியங்களை கோபம் என்ற உணர்வில்லாமல் அறிவியலாகச் சிந்தித்துப் பாருங்கள். நமக்கு முன்னால் இருக்கும் சகல 'வெட்டுத் துண்டுகளும்' (Puzzle)முறையாக அதனதன் இடத்தில் தானாகப் பொருந்துவதைக் காண்பீர்கள்.

இத்துடன் இதை முடித்துவிட விரும்பவில்லை. நவீன இயற்பியலில் மேலே சொன்ன கோட்பாடுகள், பல்பரிமாணங்கள் போல, பல அண்டங்களும் உள்ளன என்று நம்புகிறது. அதாவது இதுவரை ஓர் அண்டம் இருக்கிறது என்றுதான் நம்பியிருந்தோம். அதனால்தான் அண்டத்திற்கு ‘Uni’verse என்று பெயரிட்டிருக்கிறார்கள். ஆனால், இருப்பது ‘யூனிவேர்ஸ்’ அல்ல ‘மல்டிவேர்ஸ்’ (Multiverse) என்கிறது நவீன இயற்பியல். பல்லண்டம் (மல்டிவேர்ஸ்) என்று சொல்லும்போது, பத்து அண்டங்கள், நூறு அண்டங்கள், ஆயிரம் அண்டங்கள் இருக்கின்றன என்று இயற்பியல் சொல்லவில்லை. ஒரு சமுத்திரத்தில் எத்தனை நீர்க்குமிழிகள் இருக்கலாமோ, அத்தனை அண்டங்கள் இருக்கின்றன என்கிறது. இதையெல்லாம் சிந்திக்க ஆரம்பித்தால் நம் சித்தமே கலங்கிவிடும்.

நவீன இயற்பியல் சொல்லும் இன்னுமொரு விசயம் ‘இணை அண்டம்’ (ParallelUniverse). அண்டத்திலுள்ள அனைத்துத் துகள்களுக்கும் (matter), நேரெதிரான துகள் (antimatter) இருந்தே தீரும் என்கிறது அறிவியல். அதுவே அண்டம் சமநிலையில் இருப்பதற்குக் காரணமுமாகிறது. இந்த இரண்டு எதிரெதிர்த் துகள்களின் சமர்ச்சீர்த் தன்மை மிகவும் அவசியமானது. மனிதனை எடுத்துக்கொண்டால், வலது /இடது என இரண்டு சமபகுதிகளாகவும், நேரெதிராகவும், சமச்சீராகப் பிரிக்கப்பட்டு இருப்பான். வலது கைக்கு இடது கையும், வலது காதுக்கு இடது காதுமென ஒவ்வொன்றும் சமச்சீராக அடுக்கப்பட்டதுபோல மனிதன் காணப்படுவான். நேர் (Plus) என்ற ஒன்றிருந்தால், எதிர் (Minus) என்ற ஒன்று இருந்தே

தீரவேண்டும். இரவு / பகல், ஆண் / பெண், கடவுள் / சாத்தான், நீர் / நெருப்பு, சொர்க்கம் / நரகம், குளிர் / வெப்பம் என்று எல்லாமே இரட்டையாகத்தான் இருக்கும், இருக்க வேண்டும். இதுபோல, அண்டத்தில், 'துகள்' *(Matter)* நிறைந்திருக்க, அதற்கு எதிரான எதிர்த் துகள்களும் *(Antimatter)* இருந்திருக்க வேண்டும் என்கிறது அறிவியல்.

அணுக்களானாலென்ன, அண்டமானாலென்ன அனைத்துமே சமச்சீராகத்தான் *(Symmetry)* இருக்கின்றன. இதனால்தான் இயற்பியலில் தாங்கள் கண்டுபிடிக்கும் ஒவ்வொரு நுண் அணுத்துகளுக்கும் *(Subatomicparticle)* சமமானதும் எதிரானதுமான இன்னுமொரு நுண் அணுத்துகளைத் தேடிக்கொண்டிருக்கிறார்கள்.

நமது அண்டத்துக்குச் சமச்சீராகவும், எதிரானதுமான இன்னுமொரு அண்டம், நமது அண்டத்துக்கு இணையாகவே இருக்கிறது என்று நவீன இயற்பியல் கோட்பாடுகள் சொல்கின்றன. அதையே 'இணை அண்டம்' *(ParallelUniverse)* என்று பெயரிட்டும் அழைக்கிறார்கள். இந்த இணை அண்டம், நமது அண்டத்துக்கு மிக அருகில், நமது அண்டத்தை அப்படியே நகலெடுத்ததுபோலக் காணப்படும் என்கிறார்கள். நான், நீங்கள், அடுத்த வீட்டுப் பெண், அமெரிக்க ஜனாதிபதியென எல்லாரும், இங்கிருப்பது போல அங்குமிருப்போம். ஆனால் எதிர்ப் பண்புகளுடன். இங்கு நீங்கள் இறந்துபோனாலும் அங்கு வாழ்ந்துகொண்டிருப்பீர்கள். இங்கு கெட்டவனாக இருக்கும் நீங்கள், அங்கு நல்லவனாக வாழ்ந்துகொண்டிருக்கலாம். அதனால், உங்கள் நெருங்கிய உறவினர்கள் எவராவது இறந்துவிட்டால், கவலைப்படத் தேவையே இல்லை. அவர்கள் உங்களுக்கு மிக அருகிலேயே, இணை அண்டத்தில் இப்போதும் வாழ்ந்துகொண்டுதான் இருப்பார்கள். அற்புதம் இல்லையா. 'என்ன இது, அறிவியல் மூடத்தனமாகப் பேசுகிறதே!' என்று நீங்கள் நினைக்கலாம். இதில் சொல்லப்பட்ட எதையும் அறிவியல் தகுந்த காரணம் இல்லாமல் சொல்லிவிடவில்லை. இதில் சொல்லப்பட்ட அனைத்தையும் ஏற்றுக்கொள்ளும் வகையில் கோட்பாடாக நிறுவியுள்ளனர். பல விசயங்களை முடிவான முடிவாக அறுதியிட்டுச் சொல்லும் அளவுக்கு நமது அறிவியலும் கருவிகளும் இன்னும் வளரவில்லை. எப்போது

அந்த வளர்ச்சிகள் ஏற்படுமோ அப்போது இவை எல்லாம் நம் கண்முன்னே உண்மையென்று நிரூபணமாகலாம். அதுவரை இவை கோட்பாடுகளாக நம்மிடையே இருக்கும்.

★

காலப் பயணத்தில் பாட்டனைக் கொல்வது சாத்தியமா?

(Grandfather Paradox)

நவீன அறிவியல் நினைத்துப் பார்க்கவே முடியாத அளவுக்கு வளர்ந்துவிட்ட இன்றைய சூழ்நிலையில், அதை நோக்கிக் கேட்கப்படும் முக்கியக் கேள்வி, "காலத்தினூடாக மனிதனால் பயணம் செய்ய முடியுமா?" என்பதுதான். ஒரு நூற்றாண்டுக்கு முன்னரே கேட்கப்பட ஆரம்பித்த இந்தக் கேள்வி, இன்றுவரை கேட்கப்பட்டுக்கொண்டே இருக்கிறது. ஐன்ஸ்டைனின் 'சார்புக் கோட்பாடு' *(Theory of Relativity)* மூலம் ஆரம்பிக்கப்பட்ட இந்தக் கேள்வி, 'கால இயந்திரம்' *(Time Machine)* ஒன்றை உருவாக்கி, இறந்தகாலம், நிகழ்காலம் ஆகியவற்றிற்கு மனிதன் பயணம் செய்வதாகப் புனையப்பட்ட கதைகளையும் திரைப்படங்களையும் ஏராளமாக நமக்குத் தந்திருக்கிறது. ஆனால் யதார்த்தத்தில் இன்னும் சாத்தியப்படவில்லை.

'நாம் எதிர்காலத்திற்கோ, இறந்தகாலத்திற்கோ சென்றுவர முடியுமா?' என்னும் கேள்வியைக் கேட்டால், அதற்கு 'முடியும்' என்றுதான் அறிஞர்கள் பதில் சொல்கிறார்கள். மறுக்கவே முடியாத கோட்பாடுகள்மூலம், காலப் பயணம் சாத்தியமே என்று சொல்கிறது அறிவியல். இறந்த காலத்துக்கோ, எதிர்காலத்துக்கோ நம்மால் பயணம்

செய்ய முடியும் என்று அறிவியல் சொல்கின்றது என்றால், 'நாம் ஏன் இன்னும் அந்தக் காலங்களுக்குப் பயணம் செய்யவில்லை?' என்ற கேள்வியும் நமக்கு எழுவது இயல்புதானே! இன்றுவரை நம்மால் காலத்தினூடாகப் பயணம் செய்ய முடியவில்லையென்றால், அது சாத்தியமற்றது என்றுதானே அர்த்தமாகின்றது. நிகழ்காலத்தில் நம் கண்முன்னால் எல்லாமே நடந்துகொண்டிருக்கின்றது. அதனால் நிகழ்காலத்தில் நாம் எங்கும் செல்லலாம். ஆனால், நடந்து முடிந்து போன இறந்தகாலத்துக்கு நம்மால் மீண்டும் செல்லலாம் என்று யாராவது சொல்லும்போது, நம்ப முடியாமல் நமக்குள் ஒரு கேலிச் சிரிப்பொன்றுதான் வெளிப்படும். நேற்றைக்கோ, முந்தாநேற்றைக்கோ நம்மால் மீண்டும் செல்லலாம் என்று சொன்னால் அதை எப்படி நம்ப முடியும்? இறந்துபோன மனிதரையும், இறந்துபோன காலத்தையும் எப்படி நாம் திரும்பிப் பார்க்க முடியும்? கனவிலோ, கற்பனையிலோ அது சாத்தியமாகலாம். நிஜத்தில் அது எப்படிச் சாத்தியமாகும்?

"காலம், வெளி (Time, Space) ஆகிய இரண்டைப் பற்றியும் சரியாக நாம் புரிந்துகொள்ளாத வரையில், இவை சாத்தியமற்றவை என்றுதான் நினைத்துக்கொள்வோம். இவற்றைப் பற்றிப் புரிந்துகொண்டு விட்டால், காலப் பயணத்தின் சாத்தியங்களும் நமக்குப் புரிய ஆரம்பிக்கும். காலத்தினூடாகப் பிரயாணம் செய்வதற்கு, நமக்குத் தேவையானது வேகம். சாதாரண வேகம் இல்லை, ஒளியின் வேகம். ஒளி எவ்வளவு வேகமாகச் செல்கிறதோ, அந்த வேகத்தை நாம் அடைய முடியுமானால், நம்மால் காலத்தினூடாகப் பயணம் செய்ய முடியும். நேற்று மாட்டு வண்டியில் ஊர்ந்து சென்ற நம் வேகம், படிப்படியாகக் கார், விமானம் என்று அதிகரித்து இப்போது விண்கலம் (rocket) என்பதில் நிற்கிறது. நாளை ஒளியின் வேகத்திலும் நாம் பயணம் செய்யும் வேளையும் வரலாம். அப்போது, காலத்தினூடாக நம்மால் பிரயாணம் செய்ய முடியும். ஒளியின் வேகம் என்பது ரொம்ப அதிகமெல்லாம் கிடையாது. நொடிக்கு வெறும் 3 இலட்சம் கிலோமீட்டர்கள் மட்டும்தான். இதுவரை நம் அறிவின்படி அதிக வேகமாகச் செல்லக் கூடியது ஒளிதான். ஒளியை விட வேறு எந்தப் பொருளும் வேகமாகப் பயணிக்க முடியாது. ஒருவேளை 'ஏதாவது ஒன்று' ஒளியின் வேகத்தைவிட அதிக வேகத்தில் சென்றால், அல்லது அந்த 'ஏதாவது ஒன்று'

நாமாக இருந்தால், நம்மால் எதிர்காலத்திற்குப் பயணம் செய்ய முடியும். "நடக்காத ஒன்றை, நடக்கும் என்று சொல்லி நம்மையே ஏமாற்றப் பார்க்கிறது அறிவியல்" என்று நீங்கள் இப்போது நினைக்கலாம். ஆனால், நிகழ்காலத்திலிருந்து எதிர்காலத்திற்குப் பயணம் செய்தவர்கள் நிஜமாகவே நமக்கு முன்னே வாழ்கிறார்கள் என்பதை அறிந்தால் உங்களால் நம்ப முடியுமா?

உலக நாடுகளில் சில ஒன்றுசேர்ந்து, சர்வதேச விண்வெளித்தளம் (The International SpaceStation - ISS) ஒன்றை அமைத்தனர். அது விண்வெளியிலிருந்தபடி, பூமியை வலம் வந்து கொண்டிருக்கிறது. விண்வெளியை ஆராய விரும்பும் ஒவ்வொரு நாடும், தங்கள் விண்வெளி வீரர்களை அங்கு அனுப்பிப் பல நாட்கள் தங்கியிருந்து ஆராய்ச்சிகளை மேற்கொள்ளச் செய்யும். அங்கு செல்பவர்கள் மாதக் கணக்கிலும், ஏன் வருடக்கணக்கிலும் கூட அங்கு தங்கியிருந்திருக்கிறார்கள்.

இந்த விண்வெளித்தளம் கிட்டத்தட்ட பூமியிலிருந்து 415 கிலோ மீட்டர் உயரத்தில், மணிக்கு 27,600 கிலோமீட்டர் வேகத்தில் பூமியைச் சுற்றி வருகிறது. ரஷ்யாவைச் சேர்ந்த 'சேர்கே அவ்டேயேவ்' (Sergei Avdeyev) என்னும் விண்வெளி ஆராய்ச்சியாளர், 747 நாட்கள் விண்வெளியில் தங்கியிருந்து தன் ஆராய்ச்சியை நடத்தியிருக்கிறார். அதாவது, மொத்தமாகப் பூமிக்கு மேலே 747 நாட்கள், 27,000 கிலோமீட்டர் வேகத்தில் அவர் பூமியைச் சுற்றி வந்திருக்கிறார். அவர் செய்த அதிவேகப் பிரயாணத்தின் மூலம், பூமியில் வசிக்கும் நம்மைவிட 0.02 நொடி அளவில் எதிர்காலத்திற்குப் பயணம் செய்த ஒருவராகக் கணிக்கப்பட்டுள்ளார். நம்முடனே ஒன்றாகப் பூமியில் வாழ்ந்து வந்த அவர், நம்மைவிடக் குறுகிய நேரத்தில் எதிர்காலத்திற்குப் பயணம் செய்திருக்கின்றார். அவர் எதிர்காலத்திற்குப் பிரயாணம் செய்த காலம், மிக மிகச் சிறிய காலமென்பதால் அதை அவராலோ, நம்மாலோ பிரித்தறிந்து காணமுடியவில்லை. காணமுடியாது. ஆனாலும், அவர் எதிர்காலத்துக்குப் பயணம் செய்ததென்பது மட்டும் உறுதியானது. இப்போது யோசனை செய்து பாருங்கள். இன்றிருக்கும் அறிவியல் வசதிக்கு நொடி அளவுகளில் நம்மால் எதிர்காலத்துக்குப் பிரயாணம் செய்யக் கூடியதாக இருக்கும்போது, நாளை இன்னும் அதிக வேகத்தில்

பயணம் செய்யும் நிலை நமக்கு நிச்சயம் ஏற்படுமல்லவா? அப்படிப் பயணம் செய்யும்போது, நொடி நிமிடமாகி, நிமிடம் மணியாகி, மணி நாளாக மாற வாய்ப்புள்ளதல்லவா? அதிகபட்சம் ஒருநாள் அளவுக்கு ஒருவரால் எதிர்காலத்துக்குப் பயணம் செய்ய முடிந்திருந்தால், நாளை குலுக்கப்பட இருக்கும் லாட்டரிச் சீட்டின் இலக்கங்களை அவரால் இன்றே சொல்ல முடியுமல்லவா? அல்லது நாளை மோட்டார் வாகன விபத்தினால் இறக்கப் போகும் ஒருவரை, இன்றே எச்சரித்துக் காப்பாற்ற முடியுமல்லவா? ஒருநாள் காலப் பிரயாணம் என்றல்ல, ஒரு மணி நேரப் பயணம் செய்தாலே, அவரால் பல விபத்துகளைத் தடுத்து நிறுத்த முடியும். இவையெல்லாம் நம் கண்கள் முன்னால் சாத்தியமாகக்கூடிய ஒன்றாகத் தெரியவில்லையா? சரி, இன்று இது நமக்குச் சாத்தியமானதாக இல்லாவிட்டாலும், நம் எதிர்காலச் சந்ததியினருக்கு சாத்தியமாகலாம் அல்லவா? எதிர்காலத்திற்கு நம்மால் பிரயாணம் செய்ய முடியும் என்பதற்கு இது ஒரு முக்கிய உதாரணமாக இருக்கின்றது. நிகழ்காலத்துக்கும், எதிர்காலத்துக்கும் நாம் பயணம் செய்யலாம் என்று அறிவியல் தெளிவாகச் சொன்னாலும், உண்மையில் அவற்றிற்குச் சாத்தியம் மிகவும் குறைவு என்று தர்க்க ரீதியான ஒரு முரண்நிலையைச் (paradox) சுட்டிக்காட்டுகிறார்கள். அவர்கள் முன்வைப்பது, 'பாட்டனின் முரண்நிலை' என்று சொல்லக்கூடிய 'கிராண்ட்ஃபாதர் பாரடக்ஸ்' (Grandfather Paradox) என்பதாகும். அது என்னவென்பதை விளக்கமாகப் பார்ப்போம்.

இப்போது, 'புழுத்துளை' மூலமாகவோ அல்லது வேறொரு வழியாலோ, இறந்தகாலத்துக்கு நான் பயணம் செய்கிறேன் என்று வைத்துக்கொள்ளுங்கள். என் அப்பாவின் அப்பா அதாவது என் பாட்டன், இளைஞனாக இருக்கும் காலத்துக்கு நான் பயணம் செய்கிறேன் என்றும் வைத்துக்கொள்ளுங்கள். அங்கு ஏதோ ஒரு காரணத்திற்காக, என் பாட்டனை நானே கொல்ல வேண்டிய சூழ்நிலை ஏற்படுகிறது. அப்படி நானே, என் பாட்டனை, அவரின் இளமைக் காலத்தில் கொன்றுவிட்டால், அதன்பின் என் நிலை என்னவாக இருக்கும்? என் பாட்டன் இளைஞனாக இருக்கும்போதே இறந்துவிட்டதால், என் அப்பா பிறக்க முடியாது. அதனால், நானும் பிறந்திருக்க முடியாது. நான் பிறந்திருக்க முடியாது என்றால்,

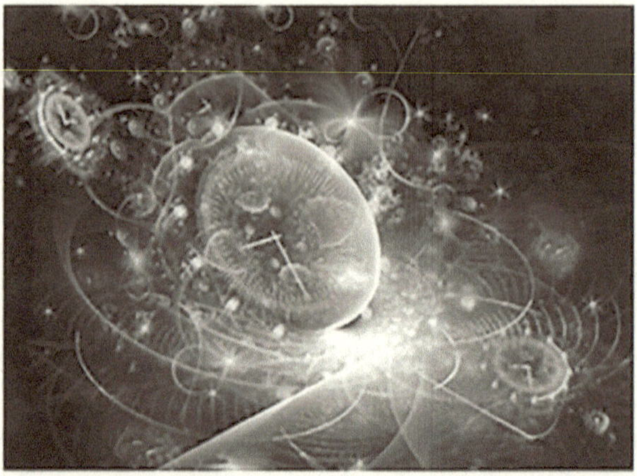

என் பாட்டனை எப்படிக் கொன்றிருக்க முடியும்? பாட்டனை நான் கொன்றிருக்க முடியாது என்றால், என் தகப்பன் அவருக்குப் பிறந்திருப்பார், நானும் அப்பாவுக்கு மகனாகப் பிறந்திருப்பேன் அல்லவா? அதனால் மீண்டும் நான் என் பாட்டனைக் கொல்வேன். இப்படியொரு வட்டச் சுற்றுப்போல (*loop*), அது சுழன்று கொண்டிருக்கும். இந்த நிலையில் ஒரு முரண்பாடு இருப்பது உங்களுக்குத் தெரிகிறதல்லவா? இதையே, 'பாட்டனின் முரண்நிலை' (*Grandfather Paradox*) என்கிறார்கள். இந்த முரண்நிலை போலவே, இறந்தகாலத்துக்குப் பயணம் செல்லும்போது, நாம் செய்யும்

ஒவ்வொரு செயலாலும் நிகழ்காலத்துக்கு ஒரு முரண்நிலையை ஏற்படுத்தப்படும். இதனால் இறந்தகாலத்துக்குப் பயணம் செய்வது என்பது தர்க்க ரீதியாகச் சிக்கலை ஏற்படுத்தும் என்கிறார்கள்.

அண்மைக் காலம்வரை, பாட்டனின் முரண்நிலைக் கொள்கைக்குப் பதிலளிப்பது மிகவும் கடினமாகவே இருந்தது. அறிவியலின் அனைத்துச் சாத்தியங்களும், அவற்றை நிரூபணம் செய்யும் கணிதச் சமன்பாடுகளும் இறந்தகாலப் பிரயாணம் சாத்தியமே என்று அடித்துச் சொன்னாலும், இந்தப் பாட்டனின் முரண்நிலை அதை உடைத்தெறிகிறது. இதைச் சரிசெய்ய, இறந்தகாலத்துக்கு நாம் பிரயாணம் செய்யலாம். ஆனால், அங்கு எந்த ஒரு மாற்றத்தையும் நம்மால் செய்ய முடியாது. கிட்டத்தட்ட ஆவி போன்றதொரு நிலையில் அங்கு நாம் இருப்போம் என்று ஒருவித மழுப்பலான பதிலும் இதற்குச் சொல்லப்பட்டது (நாம் இப்போது ஆவியென்று நினைப்பவர்கள் எதிர்காலத்திலிருந்து, இன்றுள்ள காலம் நோக்கி வந்தவர்களாகவும் இருக்கலாம். யாருக்குத் தெரியும்?) ஆனாலும் இவற்றிற்கெல்லாம் குவாண்டம் இயற்பியல் *(Quantum Physics)* ஏற்றுக்கொள்ளக்கூடிய பதிலைக் கொடுக்கிறது.

குவாண்டம் இயற்பியல், சமீபத்தில் மிகவும் புரட்சிகரமான கருத்துகளை வெளியிட்டு வருகிறது. நாம் வாழும் அண்டம் *(Universe)* என்பது ஒன்றுதான் என்று நம்பிவந்த வேளையில், அண்டம் என்பது ஒன்றல்ல, கோடானு கோடி அண்டங்கள் *(Multiverse)* உள்ளன என்கிறது. அவற்றில் நமது அண்டத்தை அச்சு அசலாகப் பிரதி செய்ததுபோலவே கோடிக்கணக்கில் அண்டங்கள் இருக்கின்றன என்கிறது. அந்தக் கோடிக்கணக்காக இருக்கும் ஒவ்வொரு அண்டத்திலும் நமது பூமியும் அதில் நாமும் பிரதி செய்ததுபோல வாழ்ந்துகொண்டிருப்போம். அதாவது நானும், இதைப் படித்துக்கொண்டிருக்கும் நீங்களும் ஒவ்வொரு அண்டத்துக்கு ஒவ்வொருவராக, கோடிக்கணக்கில் காப்பி பேஸ்ட் போல வாழ்ந்துகொண்டிருக்கிறோம். ஒவ்வொரு அண்டத்தில் வாழ்ந்து வரும் நமக்குள் ஏதோ ஒருவகையில் தொடர்பு இருந்து கொண்டே இருக்கும். இதைப் படிக்கும்போது, உங்களுக்குச் சிரிப்புத் தோன்றலாம். ‘அறிவியல் என்ற பெயரில் நன்றாகக் கணக்கு விடுகிறார்கள்’ என்றும் தோன்றலாம். ஆனால் நீங்கள்

நம்பினாலும் நம்பாவிட்டாலும் உலகிலுள்ள பல இயற்பியலாளர்கள் ஏற்றுக்கொண்டிருக்கும் கோட்பாடு இது. இந்தப் பல்லண்டங்கள், காலப் பிரயாணத்தின் முரண்நிலையுடன் இணைந்துகொள்கிறது.

என் பாட்டன் இளைஞனாக வாழ்ந்துகொண்டிருந்த இறந்தகாலத்துக்கு நான் காலப் பிரயாணம் செய்கிறேன் என்று வைத்துக் கொள்ளுங்கள். நிகழ்காலத்திலிருந்து இறந்தகாலத்துக்குப் பயணம் செய்த நான், ஏதோ ஒரு காரணத்துக்காக என் பாட்டனைக் கொல்ல வேண்டி வருகிறது என்றும் வைத்துக் கொள்வோம். அப்படி ஒருவேளை நான் இறந்தகாலத்தில் என் பாட்டனைக் கொல்லும் முரணான செயலைச் செய்தேன் என்றால், என் பாட்டன் இறந்ததற்குப் பின்னர் நடைபெறும் செயல்கள் அனைத்தும், பிரதிபோல இருக்கும் வேறோர் அண்டத்தில் தொடர்ந்து நடைபெற ஆரம்பிக்கும். அதாவது நான் இப்போ வாழ்ந்துகொண்டிருக்கும் அண்டத்தில் என் வாழ்க்கை அப்படியே மாறாமல் தொடர்வேன். ஆனால், நான் என் பாட்டனைக் கொன்றுவிட்டதால், பிரதி அண்டமொன்றில் என் அப்பாவுக்கு நான் பிறக்காத இன்னுமொரு வாழ்வு தொடர்ந்து செல்லும். எந்தவொரு முரண்நிலையும் இல்லாமல், காலத்தால் பிரயாணம் செய்யும்போது ஏற்படும் சிக்கல்கள் அனைத்தும் இந்தக் குவாண்டம் இயற்பியல் கொள்கையால் விடுவிக்கப்படுகின்றன. இதன்மூலம் எதிர்காலத்துக்கும், இறந்தகாலத்துக்கும் காலப் பயணம் சாத்தியம்தான் என்று குவாண்டம் இயற்பியல் நிறுவுகிறது.

கால இயந்திரத்தினூடாக இறந்தகாலத்துக்கு நாம் பயணம் செல்வது சாத்தியமா? இல்லையா? என்னும் கேள்வி ஒருபுறம் இருக்கட்டும். இப்போது நான் சொல்லப்போகும் இந்தச் சாத்தியத்தையும் கொஞ்சம் சிந்தித்துப் பாருங்கள். இது புரிந்தால், குவாண்டம் இயற்பியல் சொல்லும் சிக்கலான கோட்பாடுகளையும் நீங்கள் புரிந்துகொள்ளலாம்.

நான் சொல்லப்போவதைக் கற்பனை செய்து பாருங்கள். வெறும் கற்பனைதான். பூமியிலிருந்து ஐம்பது ஒளியாண்டுகள் தூரத்துக்கப்பால் உள்ள ஒரு கோளைத் தேர்ந்தெடுத்து, அதில் மிக மிக மிகப் பிரம்மாண்டமானதொரு கண்ணாடியைப் பூமியை நோக்கிப் பார்க்கும்படி வைத்துவிட்டு வந்துவிடுகிறோம் என்று கற்பனை

செய்து கொள்ளுங்கள். பின்னர், பூமியிலிருந்து பிரம்மாண்டமான தொலைநோக்கிக் கருவிமூலம் அந்தக் கண்ணாடியைப் பார்க்கிறோம் என்றும் வைத்துக் கொள்ளுங்கள். அப்படிப் பார்க்கும்போது, நூறு வருடங்களுக்கு முன்னர் வாழ்ந்த உங்கள் பாட்டன் சிறுவனாகக் கோலி விளையாடிக்கொண்டிருப்பது உங்கள் கண்களுக்குத் தெரியும். அதாவது, நூறு வருடங்களுக்கு முன்னர் பூமியில் நடைபெற்ற இறந்தகாலத்தை நீங்கள் அந்தக் கண்ணாடியினூடாக இன்று பார்க்கலாம். என்ன புரிகிறதா?

சரி புரியவில்லையா? அப்படியெனில் இதைப் பாருங்கள். ஐம்பது ஒளியாண்டுகளுக்கு அப்பால் உள்ள கோளிலிருந்து ஒளி நம்மை வந்தடைய 50 வருடங்கள் எடுக்கும். அதனால், நாம் அந்தக் கோளைத் தொலைநோக்கிக் கருவிமூலம் பார்க்கும்போது, ஐம்பது வருடங்களுக்கு முன்னால் உள்ள கோள்தான் நமக்குத் தெரியும். இப்போது அந்தக் கோளில் ஒரு கண்ணாடியை வைக்கும்போது, அதில் நம் பூமியின் விம்பம் பிரதிபலித்துத் தெரியவேண்டுமென்றால், பூமியிலிருந்து ஒளி அந்தக் கண்ணாடியைச் சென்றடைய ஐம்பது வருடங்கள் எடுக்கும். அதாவது பூமியில் உள்ள ஒருவரின் விம்பம் (பாட்டனின் விம்பம்) அந்தக் கண்ணாடியை அடைய ஐம்பது வருடங்களும், அது கண்ணாடியில் பட்டுத் தெறித்து மீண்டும் பூமியில் உள்ள நம் கண்ணை அடைய மேலும் ஐம்பது வருடங்களுமாக மொத்தம் 100 வருடங்கள் எடுக்கும். இப்போ புரிகிறதா?

★

உண்மை என்பது உண்மைதானா?

"உண்மை என்றால் என்ன?" என்ற கேள்வி உங்களை நோக்கிக் கேட்கப்பட்டால், அதன் உண்மையான அர்த்தத்தை உங்களால் புரிந்துகொள்ள முடியுமா? "அட! இது என்ன அபத்தமானதொரு கேள்வி? நமது கண்ணுக்குக் காட்சியளிக்கும் அனைத்தும் உண்மையானவைதான். நமக்கு முன்னால் நிகழும் ஒவ்வொரு சம்பவமும் உண்மையானது. நான் உண்மை. நீங்கள் உண்மை. சூரியன் உண்மை. சந்திரன் உண்மை" என்று நீங்கள் பதில் சொல்லலாம். அது தவிர்ந்து, உண்மை என்பதற்குப் பலவிதமான அர்த்தங்களையும் நீங்கள் கற்று வைத்திருக்கலாம். அந்த உண்மைகள் எப்போதும் உண்மையானவைதான் என்றும் நீங்கள் நம்புவீர்கள். ஆனால், நீங்கள் நம்பும் எதுவுமே உண்மை இல்லை என்பதுதான் உண்மையான உண்மை என்பது உங்களுக்குத் தெரியுமா? என்ன குழப்பமாக இருக்கிறதா? சரி, உண்மைகள்பற்றிக் கொஞ்சம் விரிவாக, அறிவியல் சார்ந்து தெரிந்துகொள்ளுங்கள்.

நீங்கள் எப்படி இருப்பீர்கள் என்று உங்களுக்குத் தெரியும். உங்களைக் கண்ணாடியிலோ, படத்திலோ நிச்சயம் பார்த்திருக்கிறீர்கள். உங்கள் உருவம் எப்படி இருக்குமென்று உங்களுக்குத் தெரியும். இப்படித்தான் இருக்கிறது என்று நீங்கள் நினைக்கும் உங்கள் முகம், அப்படித்தான் இருக்கிறது என்று உங்களால் அடித்துச்

சொல்ல முடியுமா? நிச்சயமாக நூறு சதவீதம் அப்படி இருக்கச் சாத்தியமே இல்லை. "இது என்ன அபத்தம்? என் முகத்தைக் கூடவா உண்மையில்லை என்று சொல்கிறீர்கள்?" என்று நீங்கள் கேட்கலாம். ஆனால் இது அபத்தம் இல்லை. கண்ணாடியில் உங்கள் முகத்தை நீங்கள் பார்க்கும்போது, அது உங்கள் முகத்தை இடம் வலமாக மாற்றியே காண்பிக்கிறது. நீங்கள் கண்ணாடியில் பார்க்கும்போது, முகத்தின் வலது கண், உங்கள் இடது கண்ணாக இருக்கும். நீங்கள் வலது கையை உயர்த்தும்போது, கண்ணாடியில் தெரியும் உங்கள் உருவத்தில் இடது கை உயர்த்தப்படும். எனவே கண்ணாடியில் பார்க்கும் உங்கள் முகத்தை உங்கள் உண்மையான முகம் என்று நினைப்பதே தவறு. இதுதான் உங்கள் முகமென்று ஒரு குத்துமதிப்பான தோற்றத்தை மூளை உங்களுக்குள் பதிந்து வைத்திருக்கிறது. இப்போது நீங்கள், "மற்றவர்களுக்கு என் முகம் தெரிகிறதுதானே, மற்றவர்களுக்குத் தெரியும் முகம்தான் என் முகம். அவர்கள் பார்க்கும் என் முகம் உண்மைதானே! நான், என் அம்மாவின் முகத்தை என் இரண்டு கண்களாலும் பார்க்கிறேன். அப்படியென்றால் என் அம்மாவின் முகம் உண்மையானதுதானே!" என்று கேட்பீர்கள். துரதிர்ஷ்டவசமாக அதுவும் உண்மையில்லை. இது புரிய வேண்டுமென்றால், நாம் ஒரு பொருளை எப்படிப் பார்க்கிறோம் என்று தெரிந்திருக்க வேண்டும்.

ஒரு பொருளிலிருந்து வரும் ஒளி, நமது கண்ணில் உள்ள வில்லையினூடாகச் சென்று விழித்திரையில் விம்பமாக விழுகின்றது. எப்படி விழுகிறது தெரியுமா? மிகச் சிறியதாகவும் தலைகீழாகவும் விழுகிறது. விழித்திரையில் விழுந்த விம்பம் பார்வை நரம்புகளினூடாக மூளைக்கு அனுப்பப்படுகிறது. பின்னர் நமது மூளைதான், அந்தத் தலைகீழ்ச் சிறு விம்பத்தை, நிமிர்த்தி அளவுப் பரிமாணங்களைக் கொடுத்து, நாம் பார்க்கும் பொருள் இதுதான் என்று அறிவிக்கிறது. இந்த இடத்தில், கண்வில்லை, விழித்திரை, பார்வை நரம்புகள், மூளை என்னும் பல விதமான உடலுறுப்புகள் தமது கடமைக்கான பொறுப்புகளை எடுக்கின்றன. ஆனால், உலகிலுள்ள ஒவ்வொருவருக்கும் இந்த உறுப்புகள் அனைத்தும் ஒரே மாதிரியாகத் தொழிற்படுவதில்லை. ஒவ்வொருவரின் கண்வில்லையும் தனித்தனியான திறன் *(Power)*

கொண்டவை. ஒவ்வொருவரும் தனியான நிறக்குருடு என்னும் குறைபாடு கொண்டவர்கள். மூளையின் திறனும் ஒருவருக்கு ஒருவர் வேறுபட்டவையாகவே இருக்கும். ஆகையால், ஒருவர் பார்க்கும் அதே உருவத்தை மற்றவர் பார்ப்பதில்லை. பார்க்கவும் முடியாது. ஒவ்வொருவரும் பார்க்கும் வடிவம் அடுத்தவர் பார்ப்பதுபோல இருக்காது. ஆனால், நாம் ஒரே உருவத்தைத்தான் பார்க்கிறோம் என்று நினைத்துக்கொள்கிறோம். அவ்வளவுதான்.

ஒருவர் கண்ணுக்குத் தெரியும் சிவப்பு நிறத்துக்கும், இன்னுமொருவர் கண்ணுக்குத் தெரியும் சிவப்பு நிறத்துக்கும் நிறைய வித்தியாசங்கள் உண்டு. சிவப்பு நிறம், வெள்ளை நிறத்துடன் சேர்ந்து கடும் சிவப்பிலிருந்து மென்சிவப்பு வரை, மொத்தமாக 255 விதமான சிவப்பு நிறங்களாகப் பிரிக்கப்பட்டிருக்கும். நன்றாக உற்றுப் பார்த்தாலும் அடுத்தடுத்து இருக்கும் ஒரு சிவப்பு இன்னுமொரு சிவப்புப் போலவே காணப்படும், ஆனால் உண்மையில் அவை வேறுவேறானவை. கணணி பயன்படுத்துபவர்களுக்கும், போட்டோ ஷாப்பில் பணிபுரிபவர்களுக்கும் இந்த நிறங்களில் நல்ல பரிச்சயம் உண்டு. சொல்லப்போனால், 255 விதமான சிவப்பு நிறங்கள் மட்டுமல்ல, அதற்கும் அதிகமாகவே சிவப்பு நிறங்கள் உண்டு. ஆனாலும், நாம் 255 என்பதிலேயே நின்றுகொள்ளலாம். இந்தச் சிவப்பு நிறங்கள் ஒருவருக்கு ஒருவர் மிகுந்த வேறுபாடுகளுடனே தெரிகிறது. சிவப்பு நிறம் போலவே ஏனைய நிறங்களும் பல படிகளையுடையவை. இதனால் பார்க்கப்படும் பொருளின் நிறம்கூட ஆளாளுக்கு வேறுபடுகிறது. ஒவ்வொருவரும் வேறுவேறானதைப் பார்க்கையில், யார் பார்ப்பது உண்மையாகிறது?

பார்ப்பது மட்டுமல்ல, ஒருவர் கேட்கும் ஒலி, நுகரும் வாசனை, உணரும் ருசி எல்லாமே அடுத்தவர்களுடன் ஒப்பிடும்போது வேறு வேறானவைதான். ஒரே அல்வாவை, இரண்டு துண்டுகளாக்கி நானும் நீங்களும் உண்டால், நான் உணரும் இனிப்புச் சுவையை நீங்கள் உணரப்போவதில்லை. அப்படியென்றால் அந்த அல்வாவின் உண்மையான ருசி எது? என்னுடையதா? உங்களுடையதா? நான் நுகரும் ரோஜாவின் வாசனையை உங்களால் நுகர முடியாது. கண் பார்வை, நிறக்குருடு, வாசனை இல்லாமை, கேளாமை, நாக்கின்

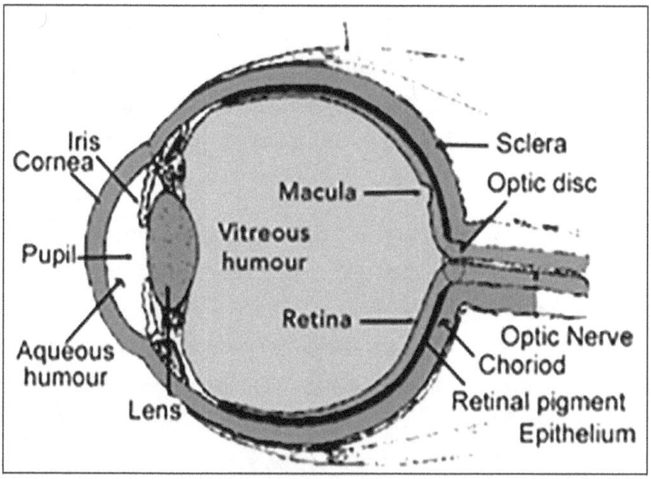

தன்மை ஆகிய குறைபாடுகள் நமக்கு முழுமையாக இல்லா விட்டாலும், வெவ்வேறு அளவுகளில் இருக்க வாய்ப்புண்டு. அந்தக் குறைபாடுகள் ஒவ்வொரு மனிதனுக்கும் வேறு வேறானவை. எவருக்குமே ஒரேயளவுள்ள குறைபாடுகள் இருப்பதில்லை. இவை எல்லாவற்றையும் விட முக்கியமானது மூளையின் கணிப்புத்தன்மை. அது எப்போதும் எவருக்கும் ஒன்றுபோல இருப்பதேயில்லை. மூளையின் கணிப்புத்திறன்கள் பல மாறுதல்கள் கொண்டவை. இவையெல்லாவற்றையும் எடுத்துக்கொண்டால், உணர்வதில், யார் உணர்வது உண்மை? அவர் உணர்வதா? அல்லது இவர் உணர்வதா அல்லது இருவருமே இல்லையா? இதையும் சிந்தியுங்கள். ஒரு நீலநிறப் பொருள் நம் கண்முன்னே இருக்கிறது என்று வைத்துக் கொள்வோம். அந்தப் பொருளை நீலநிறப் பொருள் என்கிறோம். உண்மையில் அந்தப் பொருள் நீலநிறமானதுதானா? அறிவியலின்படி பார்த்தால், சூரியஒளி அந்தப் பொருளில் படும்போது, அது சூரியஒளியில் உள்ள அனைத்து நிறங்களையும் உள்ளே உறிஞ்சிவிட்டு, நீலநிறத்தை மட்டும் வெளியே தெறிக்கவிடுகிறது. அதனால் அந்தப் பொருளை நீலநிறம் என்கிறோம். ஆனால், உண்மையில் அந்தப் பொருள் நீலநிறமேயில்லை. அது நீலநிறத்தைத் தெறிக்கவிடுகிறது அவ்வளவுதான். இந்த வாதத்தில் உங்களுக்குச் சம்மதம் இல்லாமல் இருக்கலாம். வானம் நீலநிறம் என்கிறோம். ஆனால் உண்மையில்

என்ன நடக்கிறது? பூமியின் காற்றுவெளி மண்டலத்தினூடாகச் சூரியஒளியின் எல்லா நிறமும் ஊடுருவி வர, நீலநிறம் மட்டும் அங்கே சிதறுகிறது. அதனால் வானம் நீலமாகத் தெரிகிறது. ஆனால், மேலே சென்றால் அங்கே வானம் நீலமாக இருக்காது. ஒளியில்லாத வானம் கருமையாகவே காட்சியளிக்கும்.

உண்மை என்பதை இவற்றை மட்டும் வைத்துக்கொண்டு வரையறுத்து விட முடியாது. இவை தாண்டிய பல உண்மைகளும் இருப்பதாகவே நாம் நினைத்துக்கொண்டிருக்கிறோம். நான் சொல்லப் போகும் இந்தக் கூற்று உங்களுக்குப் புரிகிறதா என்று பாருங்கள். "நாம் நிகழ்காலத்தில் வாழ்ந்துகொண்டு, இறந்தகாலத்தைப் பார்த்துக் கொண்டிருக்கிறோம் என்பது உங்களுக்குத் தெரியுமா?" இந்தக் கூற்றைக் கேட்டவுடன், 'அது எப்படி நிகழ்காலத்தில் வாழ்ந்து கொண்டு, இறந்தகாலத்தைப் பார்க்க முடியும்?' என்றுதான் நினைப்பீர்கள்? இந்தக் கணத்தில் நாம் பார்க்கும் எதுவுமே, இந்தக் கணத்தின் உண்மையல்ல. அது கடந்த காலத்தின் உண்மை. நம் அன்றாட வாழ்வில் நாம் பார்க்கும் அனைத்துமே இறந்த காலத்துக்குரியவை. என்ன புரியவில்லையா? பரவாயில்லை இதைப் பாருங்கள்.

ஒரு பொருளில் ஒளிபட்டுத் தெறிப்பதனாலேயே நாம் அந்தப் பொருளைப் பார்க்கிறோம். ஒளிக்கென ஒரு வேகம் இருக்கிறது. ஒரு நொடியில் *300,000* கிலோமீட்டர் தூரத்துக்கு ஒளி செல்லும். இந்த வேகத்தை நாம் சாதாரணமாகக் கற்பனையே செய்ய முடியாது. பூமியிலிருந்து சூரியன் *149.6* மில்லியன் கிலோமீட்டர் தூரத்தில் இருக்கிறது. அதனால், சூரியனிலிருந்து வரும் ஒளி, பூமியை

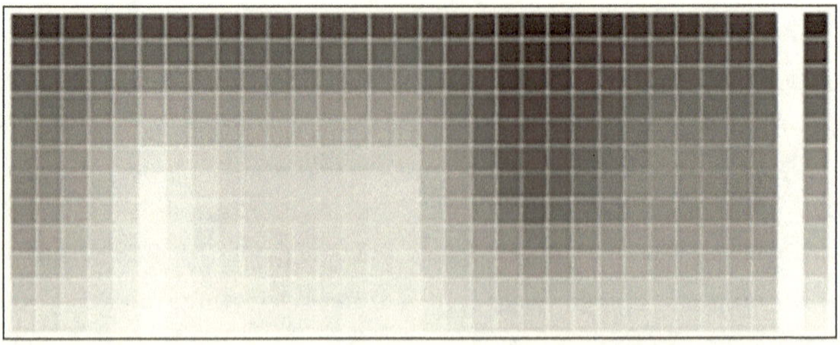

வந்தடைய 8.3 நிமிடங்கள் எடுக்கிறது. அதாவது, நாம் தற்சமயம் சூரியனைப் பார்த்தால், உண்மையில் அது இந்தக் கணத்தில் உள்ள சூரியன் இல்லை. 8.3 நிமிடத்துக்கு முந்திய சூரியன். ஒரு பேச்சுக்கு, சூரியன் வெடித்துச் சிதறியது என்று வைத்துக்கொண்டால், 8.3 நிமிடங்களுக்குப் பின்னர்தான் நமக்குத் தெரியவரும். எட்டு நிமிடங்கள்வரை வெளிச்சமும் சூரியனும் நம் கண்ணுக்குத் தெரியும். அப்புறமே இருள். இப்போது, உடுக்களைப்பற்றிச் (நட்சத்திரங்கள் சிந்தியுங்கள். அவை அதிக தூரத்தில் உள்ளவை. நமக்கு அண்மையில் இருக்கும் உடு, நான்கு ஒளியாண்டுகள் தூரத்தில் இருக்கிறது. அதற்கு அடுத்தது 20 ஒளியாண்டுகள் தூரத்திலும், அப்புறம் ஐம்பது ஒளியாண்டுகள். இப்படியே மில்லியன் ஒளியாண்டுகள் தூரங்களிலெல்லாம் நட்சத்திரங்கள் உண்டு. நமக்கு அண்மையில் இருக்கும் உடுவை எடுத்துக்கொள்ளுங்கள். நாம் பார்க்கும் அந்த உடு, நான்கு ஆண்டுகளுக்கு முன்னர் இருந்த உடுவாகும். காரணம், அந்த உடு நான்கு ஒளியாண்டுகள் தூரத்தில் இருப்பதால், அதிலிருந்து வரும் ஒளி, நம்மை வந்தடைய எடுக்கும் காலம் நான்காண்டுகள். அது வெடித்துச் சிதறினால், நான்கு ஆண்டுகளுக்குப் பின்னர்தான் நமக்குத் தெரியவரும். அதுவரை அந்த உடு இருக்கிறது என்றே நாம் நம்புவோம். நாம் கண்களால் பார்க்கும் எல்லா உடுக்களும் (ஒன்றிரண்டைத் தவிர) நூறு ஒளியாண்டுகளுக்கு அப்பால் உள்ளவை. அவை வெடித்தாலும் நமது வாழ்நாளில் அவை வெடித்தன என்றே நமக்குத் தெரியப்போவதில்லை. காரணம், அது தெரிவதற்கு நூறு ஆண்டுகள் தேவை. இப்போது சொல்லுங்கள், வானத்தில் நாம் காணும் எதுவுமே இந்தக் கணத்தின் உண்மையல்ல என்றாகிறதல்லவா? அவை நூறு ஆண்டுகளுக்கு முன்னர் நடந்த உண்மை. ஆனால், நாம் இந்தக் கணத்தில் அவை இருப்பதாகவே நம்பிக்கொண்டிருக்கிறோம். அதாவது நாம் நிகழ்காலத்தில் இருந்துகொண்டு, இறந்த காலத்தைப் பார்க்கிறோம் என்னும் கூற்று உண்மையாகிறதல்லவா? சற்றுத் தொடர்ந்து சிந்தித்துப் பார்த்தால், உங்கள் நண்பன் ஒரு மீட்டர் தூரத்தில் நின்றாலும், அவரின் இறந்த காலத்துத் தோற்றத்தைத்தான் நீங்கள் பார்ப்பீர்கள். உடுக்களைப்போல ஆண்டுக் கணக்கு இல்லாமல், நானோ செக்கன்கள் வித்தியாசத்தின் முன்னர் உள்ள நண்பராக அவர் இருப்பார். அவரிலிருந்து வரும்

ஒளி நம்மை அடைய நானோ செக்கன்கள் எடுக்கலாம். அதனால், அவரும் நானோ செக்கன் இறந்தகால விம்பமே!

நம் உடலிலுள்ள உறுப்புகள் அனைத்தும் கலங்களால் (Cells) ஆனவை. உடலிலுள்ள பெரும்பாலான கலங்கள் உயிர் வாழ்வது சில நாட்கள் மட்டுமே! தினமும் நம்முடலில் பல கோடிக் கலங்கள் அழிகின்றன. பல கோடிக் கலங்கள் மீண்டும் புதிதாக உருவாகின்றன. நமது உடலின் ஏதாவது ஒரு உறுப்பை எடுத்துக்கொள்ளுங்கள். உதாரணமாக, உங்கள் கட்டைவிரலை எடுத்துக்கொள்ளுங்கள்.

நேற்று நீங்கள் பார்த்த கட்டைவிரல், இன்று இருக்காது. அந்தக் கட்டைவிரலில் தினம் கோடிக்கணக்கான கலங்கள் இறந்து, கோடிக்கணக்கான கலங்கள் புதிதாக உருவாகியிருக்கும். இந்த மாற்றங்கள் ஒவ்வொரு கணமும் நடைபெறுகின்றன. அப்படியாயின், நீங்கள் ஒருதரம் பார்க்கும் கட்டைவிரலல்ல, பின்னர் பார்க்கும் கட்டைவிரல். அதனால் ஒருநாளில் பார்ப்பதும், அடுத்த நாளில் பார்ப்பதும் வேறு வேறு. ஒரு உறுப்பே இப்படி மாறுகிறதென்றால், உங்கள் மொத்த உடலைப் பற்றி யோசித்துப் பாருங்கள். இன்று இருக்கும் நீங்கள், நாளை இருக்கும் நீங்கள் கிடையாது. ஆனால் நாம் ஒரே ஆள் என்றே நம்புகிறோம். நீங்கள் ஏற்க மறுக்கலாம். ஆகையால் இப்படிப் பாருங்கள். மூன்று வயதில் இருந்த நீங்கள், இப்போது இருக்கும் நீங்கள் கிடையாது. இந்த மாற்றம் ஒரேயடியாக நடைபெற்ற மாற்றம் கிடையாது. தினம் தினம் ஏற்பட்ட மாற்றங்களின் ஒரு தொகுப்பு. ஒவ்வொருநாளும் நீங்கள் மாற்றமடைந்தால் மட்டுமே, குழந்தையிலிருந்து முழு மனிதனாக உங்களால் உருவாக முடியும்.

நம்மைச் சுற்றி நடக்கும் அனைத்துச் சம்பவங்களையும் மனதில் வைத்துச் சிறிது சிந்திப்போமானால், நாம் நினைக்கும் எதுவுமே உண்மையில்லையென்பது புரியும். ஆனாலும், அவற்றையே உண்மையென்று நம்பி வருகிறோம். வாழ்கிறோம்.

★

அணு உலை
அறிந்தவையும் அறியாதவையும் – 1

ஒரு பிரபலத் தமிழ்த் தொலைக்காட்சியில் அணுவுலை ஆபத்தானதா? இல்லையா? என்ற ஒரு விவாதம் நடந்திருந்தது. நிகழ்ச்சியில் பங்கேற்ற பிரபலத் தமிழ் எழுத்தாளர் ஒருவர், நிகழ்ச்சியின் பின்னர், "கூடங்குளம் அணுவுலை ஆபத்தானதென்று சொல்லும் எழுத்தாளர்கள் எப்போது விஞ்ஞானிகள் ஆனார்கள்?" என்று கேள்வி எழுப்பியிருந்தார். அந்த எழுத்தாளர் தன்னுடன் நிகழ்ச்சியில் பங்கேற்ற சக எழுத்தாளர்களைப் பற்றியே இப்படியொரு கருத்தைச் சொன்னார். அதற்குக் காரணம், நிகழ்ச்சியில் பங்கேற்ற பல எழுத்தாளர்கள் 'அணுவுலை எதிர்ப்பு நிலையை' எடுத்திருந்ததுதான். அறிவியலாளர்கள் துணையுடன் கட்டப்படும் ஒரு அணுவுலையை ஆபத்தானதென்று இவர்கள் எப்படிச் சொல்லலாம்' என்னும் கோபத்தில் அவர் கூறிய வார்த்தைகள் அவை. அறிவியலைப் பேசவோ, அறிவியல் கட்டுரைகள் எழுதவோ, 'ஒரு எழுத்தாளர் அறிவியலாளராகத்தான் கட்டாயம் இருக்க வேண்டுமா?' என்னும் கேள்வி இப்போது என்னையும் பயமுறுத்திக்கொண்டிருக்கிறது. இருந்தாலும், ஓர் அணுவுலை எப்படி இயங்குகிறது? அணுவுலையை ஆபத்தானது என்று ஏன் சொல்கிறார்கள்? அணுக் கதிர்வீச்சு என்றால் என்ன?

யுரேனியம் என்றால் என்ன? அணுக்கழிவு என்றால் என்ன? என்று கேட்கப்படும் பல கேள்விகளுக்கான பதில்களை, நாம் இந்தக் கட்டுரையில் விரிவாகப் பார்க்கப்போகிறோம். அறிவியல் மூலமாக அணுவுலை சார்ந்த அனைத்தையும் முடிந்தவரை இக்கட்டுரை உங்களுக்குச் சொல்லப்போகிறது.

ஆரம்பக் காலங்களில் அணுவுலைகள் அறிமுகப்படுத்தப்பட்டபோது, மக்களைக் கவருவதற்காக விளம்பரமாக ஒரு கருத்து பரப்பப்பட்டது. அந்தக் கருத்து என்ன தெரியுமா? 'கார்பன் இல்லா மின்சாரத்தை அணுவுலைகள் மூலமாகப் பெறுவோம்' என்பதுதான். அதாவது, கார்பன் வாயு வெளியேற்றத்தால் புவி மாசடைகிறது. அப்படியொரு மாசடைவு இல்லாமல் அணுவுலைகள் மூலமாக நாம் மின்சாரத்தைப் பெற்றுக்கொள்ளலாம் என்று கூறினார்கள்.

உலகம் முழுவதற்கும் அத்தியாவசியமாகத் தேவைப்படும் ஒன்று உண்டென்றால், அது மின்சாரமாகத்தான் இருக்கும். அணுவுலைகள் பாவனைக்கு வருவதற்கு முன்னர், பெருமளவிலான மின்சாரத்தை இரண்டு வழிகளில் பெற்றுவந்தார்கள். ஒன்று: நீரின் மூலம் பெறும் மின்சாரம். மற்றது: அனல் மின்சாரம். எந்த வகையில் நாம் மின்சாரத்தைப் பெற்றாலும், அதற்கு அடிப்படையான தொழில்நுட்பமாக இருப்பது ஒன்றேயொன்றுதான். 'டர்பைன்' (Turbine) என்று சொல்லப்படும் மிகப் பெரிய, சுழலும் பொறிமுறைக் கருவியைச் சுழலவிடுவதன் மூலம் மின்சாரம் பெறுவதுதான் அது. இதற்கு விதிவிலக்காக இருப்பது சூரிய ஒளிமூலம் கிடைக்கும் மின்சாரம் மட்டும்தான். நாம் அன்றாடம் பயன்படுத்தும் சைக்கிளில் மின்விளக்கு எரிவதற்கு 'டைனமோ' (Dynamo) சுற்றவிடப் படுகிறதல்லவா? அதுபோல, மிகப் பெரிய சுழற்சியாக இந்த டர்பைனின் சுழற்சி இருக்கும்.

நீர்வீழ்ச்சிகளிலிருந்து வேகமாக நீர் பாயும்போது அல்லது வீழும்போது, அந்த நீரின் பாய்ச்சலுக்கு எதிர்த் திசையில் இந்த டர்பைன்களின் விசிறிகள் இருக்கும் வண்ணம் அமைக்கப்படுகின்றன. வேகமாக வரும் நீரின் ஆற்றலால் சுழலும் டர்பைன்கள் மூலமாக மின்சாரம் கிடைக்கிறது. ஆனால், இந்த நீர் மின்சாரம் தடையில்லா மின்சாரமாக எப்போதும் கிடைப்பதில்லை.

மேற்கு நாடுகளில் குளிர்காலங்களில் அருவி நீர், பனிக்கட்டியாக உறைந்துபோய்விடும். அந்தக் காலங்களில் மின்சாரம் கிடைக்க வாய்ப்புகள் இல்லாமல் போய்விடுகிறது. அதேபோல, வெப்ப நாடுகளில் தண்ணீர் வற்றிவிடுவதாலும் அருவிகளின் வேகம் தடைபட்டு, மின்சாரம் குறைவாகக் கிடைக்கும். இந்தப் பிரச்சினைகளைத் தீர்க்கும் வகையில் மாற்றீடாக வந்த மின்சாரம் பெறும் வழிதான் அனல் மின்சாரம். அனல் என்றால் நெருப்பு. நெருப்பிலிருந்து எப்படி மின்சாரம் பெற முடியும்? நிலக்கரியைப் பெரிய அளவில் எரிப்பதால் கிடைக்கும் வெப்பத்தால், மிகப் பெரிய நீர்த்தாங்கிக்குள் (Water Tank) இருக்கும் நீரைக் கொதிக்க வைத்து, அதன்மூலம் பெறப்படும் நீராவியின் சக்தியால், மேலே சொன்ன டர்பைனைச் சுழலவைத்துப் பெரியளவில் மின்சாரம் பெறப்படும். இந்த முறையில்தான் உலகின் பல நாடுகள் மின்சாரத்தைப் பெற்றுக்கொண்டுவருகின்றன. இது தடையில்லா மின்சாரத்தைப் பெறும் வழியாகவும் இருந்தது. நமது பூமிக்கு அடியில் நிலக்கரி படிமங்களாகப் படிந்திருப்பதால், அவற்றை வெட்டியெடுத்து மின்சாரம் பெறுவதற்கு உபயோகப்படுத்துகிறார்கள்.

அனல் மின்சாரம் பெறுவதற்குத் தினமும் ஆயிரக்கணக்கான டன்கள் நிலக்கரி எரிக்கப்படுகிறது. அப்படி எரிக்கப்படும் நிலக்கரியினால் ஏற்படும் கரும்புகை, கார்பன் வாயுவாக நம் சுற்றுப்புறச் சூழலில் கலந்துகொண்டேயிருக்கும். இது பூமியின் சுற்றுப்புறச் சூழலை மாசாக்குகிறது. இதனால், 'புவி வெப்பமாகிறது' என்ற கருத்து படிப்படியாக வளரத் தொடங்கியது.

இந்த நேரத்தில்தான், அணுவுலைகளின் செயல்பாடும் ஆரம்பிக்கத் தொடங்கியது. அணு மின்சாரத்தை நாம் பெறும்போது தடை இல்லாமல் மின்சாரம் பெறுவது மாத்திரமல்ல, கார்பன் இல்லா மின்சாரமாகவும் அது இருக்கிறது என்று விளம்பரப்படுத்தப்பட்டதும் இதனால்தான். நவீனத் தொழில்நுட்பம், தடை இல்லாமல் மின்சாரம், கார்பன் இல்லாத மின்சாரம், இலகுவான வழியில் மின்சாரமென உலகைத் தன்வசப்படுத்திக்கொண்டு, அணுவுலைகள் வளர்ந்து வந்தபோது, செர்னோபில்லில் (Chernobyl)அணுவுலையொன்று வெடித்தது. அதற்கு முன்னரும் உலகம் பூராவும் அணுவுலை

விபத்துகள் பல நடந்திருந்தாலும், செர்னோபில் அணுவுலை வெடிப்பு உலகையே ஓர் உலுக்கு உலுக்கிப் போட்டது. பல உயிரிழப்புகளுடனும் பொருளிழப்புகளுடனும் அணுவுலை வரலாற்றில் அழியாத இடத்தைப் பெற்றுக்கொண்டது ரஷ்யாவின் உக்ரைன் மாநிலத்தில் உள்ள செர்னோபில் நகரின் அணுவுலை வெடிப்பு. இந்த விபத்து 1986ஆம் ஆண்டு நடைபெற்றது. அணுவுலை என்றாலே பயத்தில் மக்கள் காததூரம் ஓடுவதற்கு இன்றுவரை செர்னோபில் ஒரு காரணமாயிருக்கிறது. உண்மையான உயிரிழப்பு எதுவெனத் தெரியாமல் மறைக்கப்பட்டதாகச் சொல்லப்பட்டாலும் பெரிய அளவில் உயிரிழப்புகளும், 18 பில்லியன் ரூபிள்கள் (1986 களிலேயே) பெறுமதியான சேதமும் இந்த விபத்தின்மூலம் ஏற்பட்டது. அது மட்டுமல்ல. மூன்று லட்சத்து ஐம்பதினாயிரம் பேர்வரை அந்த இடத்திலிருந்து நிரந்தரமாக வெளியேற்றப்பட்டார்கள். ஒரு போர் நடந்த இடமொன்று எப்படி அழிந்து காணப்படுமோ அப்படிக் காணப்பட்டது செர்னோபில்.

போரொன்றில் ஒரு நகரமும் நகர மக்களும் அழிந்தால், அதன் பாதிப்பு போர் முடிந்த அந்தக் காலத்துடன் முடிந்துவிடும். அழிவிற்குப்

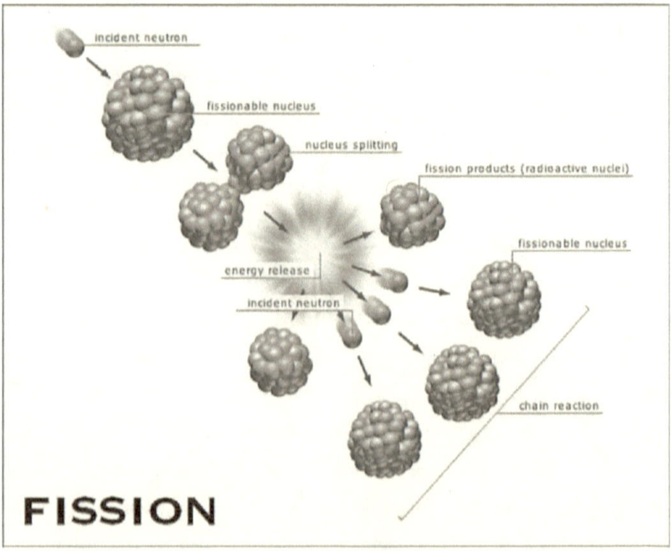

பின்னர் வரும் காலங்களெல்லாம் அந்த நகரத்தின் வளர்ச்சிக்குரிய கட்டுமானக் காலங்களாகத்தான் எப்போதும் இருக்கும். ஆனால் அணு ஆற்றல்மூலம் ஒரு நகரம் அழிந்தால், மனித வரலாற்றிலேயே மீளக்குடியேற முடியாத அளவுக்கு அந்த நகரம் சுடுகாடுபோல மாறிவிடும். அதுமட்டுமில்லாமல், அணு ஆற்றல்மூலம் அழிவு ஏற்பட்ட இடங்களில் வாழ்ந்த மக்கள் உயிருடன் தப்பிவிட்டாலும் அதற்காக அவர்கள் மகிழ்ந்துவிட முடியாது. அவர்கள் உயிர் உள்ளவரை அணுக்கதிர் வீச்சின் பாதிப்பால் ஏற்படும் நோய் என்னும் பிசாசாக அவர்களைத் துரத்திக்கொண்டேயிருக்கும். அத்துடன் முடிந்தாலும் பரவாயில்லை, அந்தச் சந்ததியுடன் எல்லாம் முடிந்து விட்டது என்று நிம்மதி அடையலாம். ஆனால், அவர்களுக்குப் பிறக்கும் பிள்ளைகள், பிள்ளைகளுக்குப் பிறக்கும் பிள்ளைகள் என அந்தச் சந்ததியினரையே தொடர்ந்து அழிக்கும் அரக்கனாக அது இருந்துகொண்டிருக்கும். அணுவுலைகள் வெடித்து அதனால் ஏற்படும் அணுக்கதிர் வீச்சு அவ்வளவு கொடுமையானது.

“என்னடா இது! இவர் ஆரம்பத்திலேயே அணுவுலை ஆபத்தானது என்பது போலவே எழுத ஆரம்பித்துவிட்டாரே, இவரும் ஒரு அணுவுலை எதிர்ப்பாளர்தானா?” என்று நீங்கள் இப்போது சிந்தித்துக்கொண்டிருக்கலாம். அணுவுலையின் வரலாற்றை நாம் முழுமையாகத் தெரிந்துகொள்ளவேண்டுமாயின், அந்த இடத்தில் செர்னோபில் அணுவுலை விபத்துக்குப் பெரிய இடம் இருக்கிறது. அதுபற்றிக் கொஞ்சமாவது தெரிந்துகொள்ளாமல் நாம் மேலே நகர்ந்து செல்ல முடியாது. அதனால் இதைச் சொல்வது இங்கு முக்கியமானது. அணுக்கதிர் வீச்சின் அபாயம் மூன்று இடங்களில் பெரும்பான்மையாக இருக்க வாய்ப்புள்ளது. 1.அணுவுலை வெடித்த இடம், 2.அணுகுண்டு வெடித்த இடம், 3.அணுக்கழிவு பாதுகாக்கப்படும்போது கசிவு ஏற்படும் இடம். அணுவுலை வெடித்ததற்கு செர்னோபில் உதாரணமாகச் சொல்லப்பட்டால், அணுகுண்டு வெடித்ததால் பாதிக்கப்பட்டதற்கு உதாரணமாக ஜப்பான் ஹிரோஷிமாவைச் சொல்லலாம். இந்த இரண்டு சம்பவங்களையும் அறியாதவர்கள் உலகில் இல்லை என்னும் அளவுக்கு உலகத்தையே உலுக்கிய சம்பவங்கள் இவை. ஆனால், அணுக்கழிவு என்றால் என்ன என்று பலருக்குத் தெளிவான அறிவு இல்லை என்றே

சொல்லலாம். இவை எல்லாவற்றையும் தெரிந்துகொள்வதற்கான ஆரம்பப் புள்ளியாக, ஓர் அணுவுலை என்பது எப்படி இயங்குகிறது என்பதை நாம் முதலில் பார்க்கலாம்.

இயற்பியல் தத்துவத்தின்படி, ஒரு ஆற்றலின் மூலம், இன்னுமொரு ஆற்றலை நாம் பெற்றுக்கொள்ளலாம். ஒளி, வெப்பம், ஒலி, மின், காந்தம், மின்காந்தம், இயக்கம் என்பவை ஆற்றல்களுக்கான உதாரணங்கள். இவற்றோடு அணு ஆற்றலும் ஓர் ஆற்றலாக இணைந்துகொள்கிறது. இங்கு சொல்லப்பட்ட சக்திகளில், ஒன்றிலிருந்து இன்னுமொரு ஆற்றலை நாம் உருவாக்கிக் கொள்ளலாம். உதாரணமாக, ஒளியிலிருந்து வெப்பத்தையும், ஒளியிலிருந்து மின்னையும், இயக்கத்திலிருந்து மின்னையும் பெற்றுக்கொள்ளலாம். முன்னர் சொன்னதுபோல, சாதாரணமாக நாம் பயன்படுத்தும் இரண்டு சக்கர மிதிவண்டிக்கு, மின் விளக்குப் பொருத்த வேண்டுமென்றால் ‘டைனமோ’ (*Dynamo*) என்பதைச் சக்கரத்தில் பொருத்தி, அதைச் சுற்றவைப்பதன் மூலம் மின்சாரத்தைப் பெறுகிறோம். அதேபோல, நீரை ஆவியாக்குவதன்மூலம் கிடைக்கும் நீராவியின் அமுக்கத்தினாலும் சக்கரத்தைச் சுற்றவைக்கலாம். நீராவி இயந்திரங்கள் அனைத்தும் இந்த வகையில்தான் இயங்குகின்றன. சுற்றவைக்கும் சக்கரத்தின் இயக்கச்சக்தியினால் மின்சாரம் பெறப்படுகிறது. அதிக மின்சாரத்தைப் பெறவேண்டுமென்றால் சுற்றவைக்கப்படும் சக்கரத்தின் அளவும் வேகமும் அதிகரிக்கப்பட வேண்டும். எனவே இதற்கு நீரை வெப்பமாக்குவதற்கு வேண்டிய வெப்ப ஆற்றல் அதிகமாக இருக்க வேண்டும். மேற்படி அதிகளவு வெப்ப ஆற்றலைப் பெறுவதற்கு உதவுவதுதான் அணுவாற்றல்.

அணுவிலிருந்து பெறப்படும் ஆற்றல் அதிகப்படியான வெப்பத்தை நமக்குத் தருகிறது. இந்த ஆற்றலை நாம் எப்படிப் பெற்றுக் கொள்கிறோம் என்பதை முதலில் பார்க்கலாம். உலகிலுள்ள அனைத்துத் தனிமங்களும் அணுக்களால் உருவானவை (பொட்டாசியம், சோடியம், இரும்பு, ஐதரசன், ஒட்சிசன், தங்கம் என்பவை தனிமங்களுக்கு உதாரணங்கள்). ஒவ்வொரு தனிமத்தின் அணுக்களும் தனித்தன்மை கொண்டவை. இந்த அணுக்களுக்கு ‘அணுக்கரு’ என்ற ஒன்று உண்டு. அந்த அணுக்கருவை எலெக்ட்ரான்கள்

சுற்றிக்கொண்டிருக்கும். அணுக்கரு புரோட்டான்களாலும், நியூட்ரான்களாலும் உருவாக்கப்பட்டது. இதுவரை 118 தனிமங்கள் கண்டுபிடிக்கப்பட்டிருக்கின்றன. அவற்றில் 70 சதவீதமான தனிமங்களின் அணுக்கருக்கள் உறுதியானவை. ஆனால் ஒருசில தனிமங்களின் அணுக்கருக்கள் உறுதி குறைந்தவை. அப்படி உறுதி குறைந்தவற்றின் அணுக்கருவைச் சலனப்படுத்தினால் உள்ளே இருக்கும் நியூட்ரான்கள் வெளியே சிதறத் தொடங்கிவிடும். அப்படி அவை நியூட்ரான்களை வெளியே விடும்போது, அதனுடன் சேர்ந்து அணுக்கதிர்வீச்சும் கூடவே ஆற்றலும் வெளிவரும். இந்தத் தனிமங்களையே அணுக்கதிர்த் தனிமங்கள் என்பார்கள் (உங்களுக்குப் புரியவேண்டுமென்பதற்காக இதை மிகவும் மேலோட்டமாகச் சொல்லியிருக்கிறேன். இதைக் கொஞ்சம் விரிவாகக் கீழே பார்க்கலாம்). அணுக்கதிர்வீச்சுள்ள தனிமங்களுக்கு உதாரணமாக, யுரேனியம், புளுட்டோனியம் ஆகியவற்றைச் சொல்லலாம். அணுவுலைக்குப் பாவிக்கப்படும் மூலகமாகப் பெரும்பாலும் யுரேனியமே (Uranium) இருக்கிறது. யுரேனியம் தனிமம் மிகவும் பாரமான ஒரு தனிமமாகும். பூமிக்கடியில் பாறைகளுடன் கலந்து இது காணப்படுகிறது. 1789ம் ஆண்டு ஜெர்மன் வேதியியலாளர் ஒருவரால் இது கண்டுபிடிக்கப்பட்டது. ஆரம்பத்தில் இது ‘பிட்ச்பிலெண்டெ’ (Pitchblende) என்னும் பெயரிலேயே அழைக்கப்பட்டது. பின்னர் யுரேனஸ் கிரகத்தின் பெயரால் யுரேனியம் என்று அழைக்கப்படுகின்றது.

அணுக்களில் எத்தனை புரோட்டான்கள் உண்டோ, அதேயளவு எலெக்ட்ரான்களும் இருக்கும். ஆனால் நியூட்ரான்கள் பல சமயங்களில்

அதேயளவாகவும் சில சமயங்களில் அதிகமாகவும் காணப்படும். உதாரணமாக, பொட்டாசியம் அணுவை எடுத்துக்கொண்டால், அதற்கு 19 எலெக்ட்ரான்களும் 19 புரோட்டான்களும் உண்டு. அதே நேரத்தில் 20 நியூட்ரான்களை அது கொண்டிருக்கும். அணு ஒன்றுக்கு எத்தனை எலெக்ட்ரான்கள் அல்லது புரோட்டான்கள் உள்ளதோ அதுவே அந்த அணுவின் அணுவெண் என்பார்கள். இந்த அணுவெண்தான் அந்த அணுவுக்கான பெயர்போன்ற அடையாளமாக இருக்கும். அணுக்கருவுக்குள் இருக்கும் புரோட்டான்களினதும், நியூட்ரான்களினதும் எண்ணிக்கையின் கூட்டுத் தொகை அந்த அணுவின் அணுநிறை என்று சொல்லப்படும். இதன்படி பொட்டாசியத்தின் அணுவெண் 19 ஆகவும் அணுநிறை 39 (19+20=39) ஆகவும் காணப்படுகின்றது. தனிமங்களின் அணுவெண் மாறும்போது அவை வேறு வேறு தனிமங்களாக இருக்கும். ஆனால் தனிமங்களுக்கு அணுவெண் மாறாமல் அப்படியே இருந்தாலும், அதன் அணுக்கருவுக்குள் இருக்கும் நியூட்ரான்களின் எண்ணிக்கையில் மாற்றங்கள் இருக்கும்.

அதாவது அணுநிறை மாறுபடும். இப்படி ஒரே தனிமத்துக்கு வேறு வேறான அணுநிறைகள் பல உண்டு. அப்படிப்பட்ட தனிமங்களில் ஒன்றுதான் யுரேனியமும். யுரேனியம் அணுவில் உள்ள புரோட்டான்களின் எண்ணிக்கை 92. அதாவது, அதன் அணுவெண் 92. யுரேனியத்திற்குள் இருக்கும் நியூட்ரான்களின் எண்ணிக்கை 146. இதன்படி யூரேனியத்தின் அணுநிறை 238 ஆகும் (92+142=238). இதை U238 என்று பெயரிட்டுள்ளார்கள். U238 வகை யுரேனியமே உலகில் அதிகளவில் காணப்படுகிறது. அதாவது 99.7% இது காணப்படுகிறது. ஆனால் 0.7% அளவில் U235 என்று சொல்லப்படும் யுரேனியமும் காணப்படுகிறது. அதாவது இந்த வகை யூரேனியத்தில் 143 நியூட்ரான்களே இருக்கும். இதனால் அணுநிறை 235 ஆக இருக்கும். இது U235 என்று அழைக்கப்படுகிறது. U238,U235 என்று இரண்டு வகையான யூரேனியங்கள் யூரேனியத்தில் இருப்பதால், அவற்றை ஐசடோப்புகள் (Isotope) என்பார்கள். U235 என்னும் யுரேனியமே அணுவுலைகளில் மின்சாரத்தைப் பெறுவதற்குப் பயன்படுகிறது.

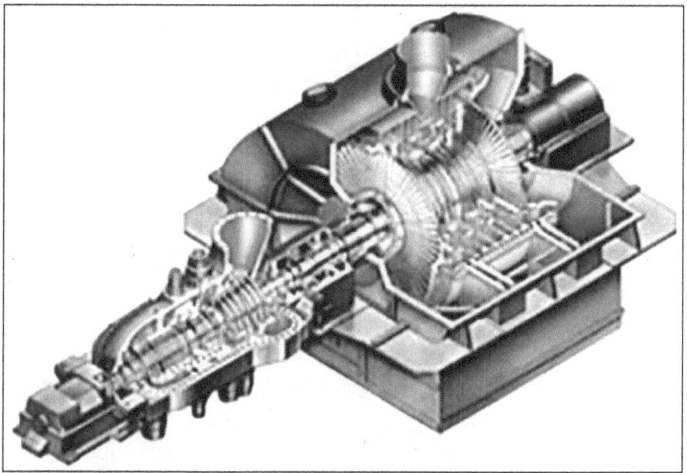

'யுரேனியம் 235' அணுக்கதிர்த் தனிமத்தை, மெல்லிய உலோகக் குழாய்கள் (Rods) போல வடிவமைத்து, அந்தக் குழாய்களில் பல ஒன்றாகச் சேர்க்கப்பட்டு, அணுவுலைகளில் பயன்படுத்தப்படுகிறது. இவற்றை 'எரியாற்றல் குழாய்கள்' (Fuelrods) என்று சொல்வார்கள். இந்தக் குழாய்களில் இருக்கும் யுரேனியத்தின் அணுக்கருவை நியூட்ரான்களினால் மோதும்போது, அங்கு அணுச்சிதைவு ஏற்படுகிறது. அப்போது, ஆற்றல் பெருமளவில் வெளிப்படுகிறது. ஒரு யுரேனியம் 235 இன் கருவை, ஒரு நியூட்ரானால் மோதச் செய்யும்போது, அது உடனடியாகக் கிரிப்டோன், பேரியம் என்னும் இரண்டு வெவ்வேறான தனிமங்களாகச் சிதைந்து, அதனுடன் மூன்று நியூட்ரான்களையும், அதிகளவு வெப்ப ஆற்றலையும் வெளிவிடும். இதில் வெளியேறிய மூன்று நியூட்ரான்கள் மேலும் மூன்று யூரேனியம் அணுக்கருக்களுடன் மோதுவதால், அதிலிருந்து மீண்டும் 3 பேரியமும், 3 கிரிப்டோனும், ஒன்பது நியூட்ரான்களும், மூன்று மடங்கு வெப்ப ஆற்றலும் உருவாகும். பின்னர் இந்த ஒன்பது நியூட்ரான்களும் ஒன்பது யுரேனியம் கருக்களில் மோதி 27 நியூட்ரான்களையும், ஒன்பது மடங்கு வெப்பத்தையும் வெளிவிடும். இந்தச் செயல் தொடர்ந்து நடைபெறுவதால், ஒரு நொடியிலேயே பில்லியன் பில்லியன் அளவு நியூட்ரான்கள் உருவாவதுடன், அளவிடமுடியாத

வெப்பமும் வெளியாகும். இப்படித் தொடர்ச்சியாக நடைபெறும் செயலைச் 'சங்கிலித் தொடர் விளைவு' (Chain Reaction) என்பார்கள். இதேபோன்ற சங்கிலித் தொடர் விளைவுதான், அணுகுண்டுகளில் நடைபெற்று பெருவெடிப்பாக வெளிப்படுகிறது.

சங்கிலித் தொடர் விளைவால் உருவாகும் வெப்பச்சக்தி, மூடப்பட்டுள்ள ஒரு தாங்கியில் (Tank) உள்ள நீரை வெப்பமாக்க, அந்த நீர் ஆவியாவதால் ஏற்படும் நீராவியின் அழுத்தம், மிகப் பெரிய சக்கரத்தைச் சுற்ற வைக்கிறது. அதன்மூலம் மிகையான மின்சாரம் பெறப்படுகிறது. வெப்பமாகிய நீராவி மீண்டும் குளிரடைந்து

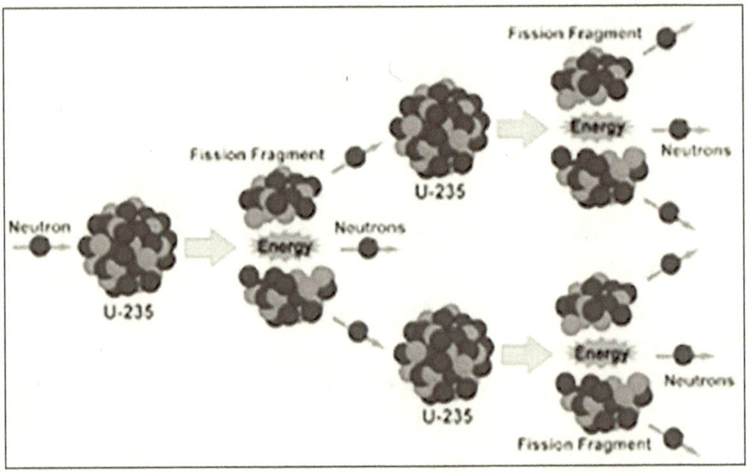

பழையபடி நீராக மாறுகிறது. அந்த நீர் மீண்டும் தாங்கிக்குள் சென்று மீண்டும் வெப்பமாகி ஆவியாகிறது. இவையெல்லாமே ஒரு வட்டச் சுழற்சியாக நடைபெறுகின்றது. இப்படி வெப்பமாவது, நீராவியாவது, அதன்மூலம் சக்கரம் சுற்றுவது, நீராவி மீண்டும் குளிர்வடைவது என்பது தொடர்ச்சியாக நடப்பதால் மின்சாரம் தொடர்ந்து கிடைத்துக்கொண்டிருக்கும். ஆனால், இதில் ஏதாவது ஒன்று தடைசெய்யப்பட்டாலும் அது ஆபத்துக்கான அறிகுறியாகிவிடும். அப்படி ஏற்படும் ஆபத்து மிகவும் பயங்கரமானதாக இருக்கும். இதுவே சமீபத்தில் ஜப்பான் ஃபுகுஷிமாவில் நடைபெற்றது.

ஃபுகுஷிமாவில் ஏற்பட்ட பூகம்பத்தால், நீர் குளிர்வடையும் சாதனம் பழுதடைந்தது. அதனால், அந்த அணுவுலைக்குள் இருந்த நீர் அதிக வெப்பத்தால் ஆவியாகிவிட்டது. அப்போது அங்கு நீராவி அமுக்கம் அதிகமாகி, வெடிவிபத்து ஏற்பட்டிருக்கிறது. அப்போது நீருக்குள் பாதுகாப்பாக இருந்த யுரேனியம் தகடுகள் அதிகளவு வெப்பத்தால் உருக ஆரம்பித்தன. இதனால் அணுக்கதிர்வீச்சு அந்தப் பிரதேசம் எங்கும் வெளியிடப்பட்டது. அணுக்கதிர்வீச்சு என்பது மிகவும் பயங்கரமான ஒன்று. ஃபுகுஷிமாவிலும் செர்னோபிலிலும் அணுவுலைகள் வெடித்ததால் உண்மையில் 'அணுவுலைகள் பாதுகாப்பு அற்றவைதானா?' என்னும் பயத்துடனான கேள்விகள் மீண்டும் கேட்கப்படத் தொடங்கியது.

★

அணு உலை அறிந்தவையும் அறியாதவையும்–2

மனிதனாக இருந்தாலென்ன, விலங்குகளாக இருந்தாலென்ன, பொருட்களாக இருந்தாலென்ன, அவை இயங்கவேண்டுமென்றால், அதற்கு ‘ஆற்றல்’ (சக்தி) என்ற ஒன்று மிகவும் அவசியமாகிறது.

மனிதன் ஓட, நடக்க, வேலை செய்யவெனத் தனது அனைத்து இயக்கங்களுக்கும் தேவையான ஆற்றலை, தான் உட்கொள்ளும் உணவிலிருந்து பெற்றுக்கொள்கிறான். உணவு மனிதனுக்குள்ளே சென்று அவனுக்கு வேண்டிய ஆற்றலாக மாற்றப்பட்டு, அவனை இயங்க வைக்கிறது. இதுபோல, ஒவ்வொரு இயக்கத்துக்கும் தேவைப்படும் ஆற்றல், நேரடியாகவோ, ஒரு வடிவத்திலிருந்து வேறொரு வடிவத்துக்கு மாற்றப்பட்டோ பெறப்படுகிறது. ஒலியாற்றல், ஒளியாற்றல், வெப்பவாற்றல், இயக்கவாற்றல், மின்னாற்றல், மின்காந்தவாற்றல், அணுவாற்றல் என்பன ஆற்றல்களின் பல வடிவங்களாகும். இவை அனைத்தும் மனிதனின் பயன்பாட்டுக்கு அவசியமானவை. மனிதனுக்கு இவை எந்தளவுக்குத் தேவைப்படுகின்றன என்பதைப் பொறுத்து இவற்றின் பெறுமதியும் தீர்மானிக்கப்படுகின்றது. குறிப்பாக, மின்னாற்றல் மனிதனுக்கு மிகமிக அவசியமான ஓர் ஆற்றலாக இருக்கிறது. உலகம் முழுவதும் மின்சாரத்தைப் பரவலாகப் பயன்படுத்துவதால், அதற்கான தேவையும் அதிகரித்துக்கொண்டே செல்கின்றது.

இதனால் மின்சாரத்துக்குத் தட்டுப்பாடும் ஏற்பட ஆரம்பிக்கிறது. இதை நிவர்த்தி செய்யும் புது வழியாக அணுவாற்றல் உதவும் என்று சொல்லப்பட்டு, அணுமூலம் மின்சாரம் பெறலாம் என்பது முன்மொழியப்பட்டது. 'அணுவுலைகள்மூலம் உற்பத்தி செய்யப்படும் மின்சாரம் தடை இல்லாமலும், கார்பன் வாயுவின் மாசு இல்லாமலும் கிடைக்கிறது' என்றும் சொல்லப்பட்டது. இந்தக் கூற்று ஒருவகையில் உண்மையும் கூட. இதனடிப்படையில் அணுவுலைகள்மூலம் மின்சாரத்தைப் பல நாடுகள் பெற்றுக்கொண்டுவந்தபோது, அங்கு ஏற்பட்ட விபத்துகள் தந்த தாக்கம், 'அணுவுலைகளே வேண்டாம்' என்னும் பயத்தை மக்களிடையே ஏற்படுத்தியது. அணுவாற்றல் என்பது மிகவும் பயங்கரமானது என்று மக்கள் பயப்பட ஆரம்பித்தார்கள். அதனால் அணுவாற்றல் மூலம் மின்சாரம் பெறுவதை மக்கள் எதிர்க்கும் சூழ்நிலையும் உருவாகத் தொடங்கியது. இவைபற்றிக் கடந்த பகுதியில் சுருக்கமாகப் பார்த்திருந்தோம். அதன் தொடர்ச்சியை இந்தப் பகுதியில் பார்க்கலாம். அத்துடன் உங்களுக்குச் சலிப்பாக இருந்தாலும், அணுவுலைக்குப் பயன்படுத்தப்படும் சிறப்புத் தனிமங்கள் பற்றியும் கொஞ்சம் விரிவாகப் பார்க்கலாம். இந்தக் கட்டுரையில் இருக்கும் உள்ளடக்கங்கள் மாணவர்களுக்கு மட்டும் தேவையானது என்றும் நமக்கு அது தேவையில்லை என்றும் நீங்கள் நினைக்கலாம். ஆனால், அணுவுலைகள்பற்றிய போராட்டங்கள் சாதாரண மக்கள் அளவுக்கு இப்போது வந்துவிட்டதால், இவைபற்றிய ஒரு தெளிவு நிச்சயம் நமக்குத் தேவைப்படுகிறது. இவைபற்றியெல்லாம் அணு ஆராய்ச்சியாளர்கள் மட்டும்தான் பேசலாம் என்னும் நிலை மாற்றப்பட வேண்டும். அதனால் மனதைச் சலிப்படையவிடாமல் தொடர்ந்து படியுங்கள்.

ரஷ்ய விஞ்ஞானியான மெண்டலீவ் *(Mendeleev)* என்பவர், உலகிலுள்ள தனிமங்களையெல்லாம் *(Elements)* வரிசைப்படுத்தி முதன்முதலாக ஒரு அட்டவணையை உருவாக்கினார். அது 'ஆவர்த்தன அட்டவணை' அல்லது 'தனிம அட்டவணை' *(Periodic Table)* என்று அழைக்கப்பட்டது. ஒவ்வொரு தனிமமும், தான் கொண்டிருக்கும் புரோட்டான், எலெக்ட்ரான், நியூட்ரான் ஆகியவற்றின் அளவுகளுக்கேற்ப குறைந்ததிலிருந்து கூடியதாக, வரிசைப்படுத்தப்பட்டு, இந்த அட்டவணை தயாரிக்கப்பட்டது.

மெண்டலீவ் இந்த அட்டவணையைத் தயாரிக்கும்போது, சிறிய அளவிலேயே தனிமங்கள் கண்டுபிடிக்கப்பட்டிருந்தன. ஆனாலும், அவருக்குப் பின்னர் கண்டுபிடிக்கப்பட்ட புதிய தனிமங்கள் இந்த அட்டவணையில் வரிசைப்படுத்தப்பட்டு, இப்பொழுது 118 தனிமங்கள் அந்த அட்டவணையில் இடம்பெறுகின்றன.

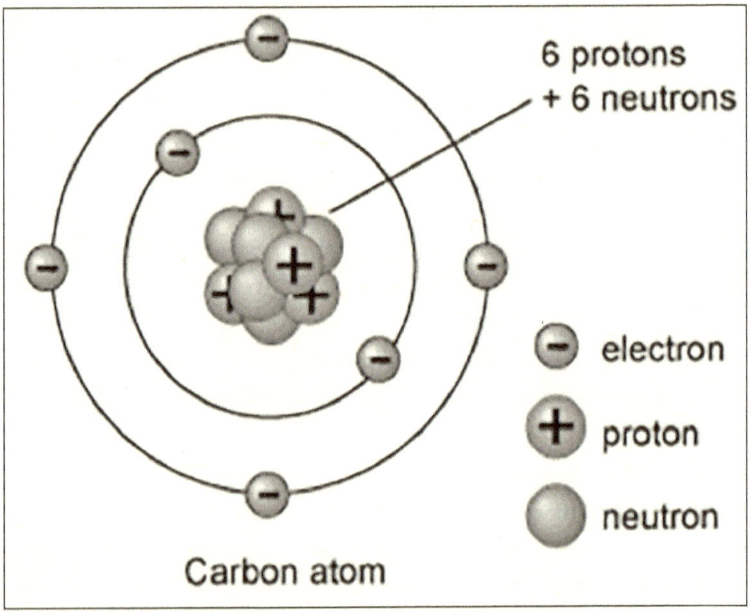

உலகிலுள்ள அனைத்துத் தனிமங்களும் அணுக்களால் ஆனவை. ஒவ்வொரு தனிமத்தின் அணுவும் வெவ்வேறு வகையான தனித்தன்மையைக் கொண்டது. அந்தத் தனித்தன்மைகளுக்குக் காரணம், அவற்றின் அணுக்கருவுக்குள் இருக்கும் புரோட்டான், நியூட்ரான், எலெக்ட்ரான் என்பவற்றின் அளவுகள்தான். ஒரு அணுவில், அணுக்கருவும் அதைச் சுற்றிவரும் எலெக்ட்ரான்களும் காணப்படுகின்றன. அணுக்கருவினுள்ளே புரோட்டான்களும் நியூட்ரான்களும் காணப்படும். புரோட்டான்களின் எண்ணிக்கை அணுக்கருவினுள் ஒவ்வொன்றாக மாறும்போது, அந்த அணு வேறு தனிமமாக மாறுகிறது. உதாரணமாக, ஐதரசன் அணுவின்

கருவில் ஒரு புரோட்டான் மட்டுமே இருக்கும். ஒரு புரோட்டான் இருந்தால் அது ஐதரசன் அணுக்கரு என்றாகிவிடுகிறது. அதுபோல, அணுக்கருவில் இரண்டு புரோட்டான்கள் இருந்தால், அது ஹீலியம் என்னும் தனிமம் ஆகிவிடும். மேலே கூறிய தனிம அட்டவணையின் மூலம் ஒவ்வொரு புரோட்டானாக அதிகரிக்க, எந்தத் தனிமங்கள் கிடைக்கின்றன என்பதை நாம் அறிந்துகொள்ளலாம். அணுக்கருவிலுள்ள புரோட்டான்களின் எண்ணிக்கையை அந்தத் தனிமத்தின் 'அணுவெண்' என்று சொல்கிறார்கள். அணுக்கருவில் புரோட்டான்களுடன், நியூட்ரான்களும் சேர்ந்தே காணப்படுகின்றன. தனிம அட்டவணையின் ஆரம்ப மூலகங்களை நாம் அவதானித்தால், ஒரு அணுக்கருவில் எத்தனை புரோட்டான்கள் இருக்கின்றனவோ அதற்கேற்ப, கிட்டத்தட்ட அதேயளவான நியூட்ரான்களும் இருப்பதைக் காணலாம். ஆனால் அட்டவணை மேலே செல்லச் செல்ல புரோட்டான்களின் அளவைவிட நியூட்ரான்களின் அளவு அதிகமாவதை அவதானிக்கலாம். இப்படிப்பட்ட தனிமங்கள் சிலவற்றில் ஆச்சரியமான சிறப்புத் தன்மைகள் இருப்பது கண்டுபிடிக்கப்பட்டது. குறிப்பாக, அணுவெண் 90க்கும் 100க்கும் இடையேயுள்ள தனிமங்களில். இந்தச் சிறப்புத்தன்மை மிகையாகக் காணப்பட்டன. இந்தச் சிறப்புத்தன்மைதான், அணுவின் ஆற்றலாக நாம் பெறுவதற்குக் காரணமாகிறது. இவையே, பல சமயங்களில் ஆக்கத்தின் ஆற்றலாகவும், சில இடங்களில் அழிவின் ஆற்றலாகவும் வெளிப்படுகின்றன. இவைதான் நாம் பயன்படுத்தும் அணுவாற்றல் தனிமங்கள் ஆகும்.

ஒரு அணுவில். புரோட்டான் நேரேற்றத்துடனும் (+), எலெக்ட்ரான் எதிரேற்றத்துடனும் (-), நியூட்ரான் ஏற்ற மற்றும் (0) காணப்படும்.

எதிர் எதிர் ஏற்றங்கள் எப்பொழுதும் ஒன்றையொன்று கவர்ந்து கொண்டும், ஒத்த ஏற்றங்கள் ஒன்றையொன்று தள்ளிக் கொண்டும் இருக்கும். இதுதான் இயற்பியலின் அடிப்படை விதி. அணுக்கருவுக்குள் இருக்கும் புரோட்டான்கள் நேரேற்றம் உடையவையாக இருப்பதால், அவை ஒன்றையொன்று தள்ளிக் கொண்டிருக்கின்றன. இதுபோலப் பல புரோட்டான்கள், ஒத்த விசையினால் ஒன்றையொன்று தள்ளுவதால், அணுக்கருவுக்குள்

இருக்கும் புரோட்டான்கள் வெளியே வீசியெறியப்பட வேண்டும். ஆனால், அப்படி நடைபெறுவதில்லை. காரணம், அணுக்கருவுக்குள் இருக்கும் புரோட்டான்கள், நியூட்ரான்கள் ஆகியவற்றை ஒரு திடமான விசை ஒன்றுசேர்த்து அசையாமல் பிணைத்து வைத்திருக்கிறது. இந்த ஒட்ட வைத்திருக்கும் விசையைத் 'திட அணுவிசை' *(Strong Nuclear Force)* என்று சொல்வார்கள். அண்டத்தில் உள்ள அனைத்து விசைகளுக்கும் அடிப்படையான நான்கு விசைகளில், இந்தத் திட அணுவிசை மிகமுக்கியமான ஒன்றாகும். நான்கு விசைகளில் மிகவும் பலம் வாய்ந்த விசையும் இதுதான்.

அணுக்கருவை 'நியூக்கிளியஸ்' *(Nucleus)* என்று சொல்வதால், அதனுள் இருக்கும் புரோட்டான்களையும் நியூட்ரான்களையும் 'நியூக்கிளியான்கள்' *(Nucleons)* என்று பொதுவான பெயரில் அழைப்பார்கள். நியூக்ளியான்கள் அனைத்தும், 'திட அணுவிசை' என்னும் பலமான விசையால் பிணைக்கப்பட்டிருக்கின்றன. உதாரணமாக, யுரேனியம் *(Uranium)* என்னும் தனிமத்தை நாம் எடுத்துக் கொள்வோம். யுரேனியம், 'ஹி' என்னும் ஆங்கில எழுத்தின் மூலம் அடையாளப்படுத்தப்படுகிறது. யுரேனியத்தின் அணுக்கருவுக்குள் 92 புரோட்டான்கள் இருக்கின்றன. மேலே

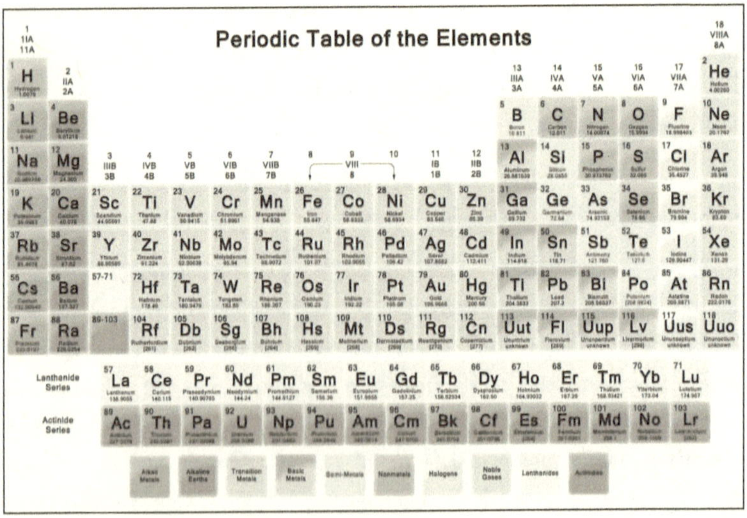

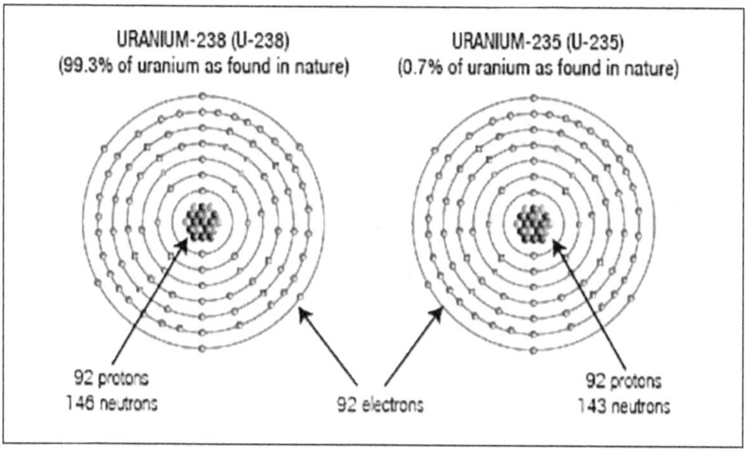

சொன்னதுபோல, அணுவாற்றல் தனிமம் என்னும் சிறப்பான தன்மையை இந்த யுரேனியம் கொண்டிருக்கிறது. யுரேனியத்துக்கு 146 நியூட்ரான்கள் உள்ளன. எனவே, யுரேனிய அணுக்கருவினுள் மொத்தமாக 238 நியூக்ளியான்கள் இருக்கும் (92+146=238). இந்த ஒவ்வொரு நியூக்ளியான்களும் (புரோட்டான்களும், நியூட்ரான்களும்) தனித்தனியாக மேலே சொல்லப்பட்ட விசையால் ஒன்றுசேர்த்து ஒட்டப்பட்டிருக்கின்றன.

ஆனால், அணுவாற்றலைப் பெறுவதற்கு யுரேனியத்தின் ஹி238 தனிமத்தைப் பயன்படுத்துவதில்லை. மாறாக, யுரேனியத்தின் ஹி235 ஐசடோப் வகையையே பயன்படுத்துகிறார்கள். இந்த யுரேனியம் அணுக்கருவுக்குள் 235 நியூக்ளியான்கள் இருக்கும். பலமான விசையினால் ஒட்டப்பட்டிருக்கும் நியூக்ளியான்களை, நாம் ஏதோவொரு வழிகொண்டு உடைப்போமேயானால், அவை ஒவ்வொன்றும் தனித்தனியாகப் பிளவுபடும். அப்போது அதிக ஆற்றல் வெளிவிடப்படும். இந்த ஆற்றலை 'மெகா எலெக்ட்ரான் வோல்ட்' MeV (Mega electron Volt) என்னும் அளவினால் அளப்பார்கள். யுரேனியத்தின் ஒரு கருவில் இருக்கும் 235 நியூக்ளியான்களும் மொத்தமாக உடையும்போது, 260 MeV அளவு ஆற்றல் வெளிவிடப்படுகிறது. இது ஒரேயொரு யுரேனியம் அணுவினால் வெளிவிடப்படுவது. ஒரு குறிப்பிட்ட எடையுடைய

யூரேனியத்தில் எவ்வளவு அணுக்கள் இருக்கலாம் என்று நீங்களே கற்பனை செய்து பாருங்கள். பில்லியன் பில்லியன் அணுக்கள் அங்கே காணப்படும். அவையனைத்தும் ஒரு நொடிக்கும் குறைவான நேரத்தில். உடைக்கப்பட்டால் எவ்வளவு ஆற்றல் வெளிவிடப்படும் சொல்லுங்கள்? அந்த ஆற்றல் அளவிட முடியாததாக இருக்கும்.

குரோஷிமா, நாகசாக்கி நகரங்களை ஒரு நிமிட நேரத்தில் சவக்காடாக்கியது இதே ஆற்றல்தான்.

அணுவாற்றல் தனிமங்கள் இரண்டு வகையில் தங்கள் செயல்திறனைக் காட்டிக்கொள்கின்றன. ஒன்று, அவை தானாகச் சிதைவடைவது *(Nuclear Decay)*, மற்றது, அவை பிளவடைவது *(Nuclear Fission)*. ஒவ்வொரு தனிமமும் அதன் தன்மைக்கேற்பச் சிதைவடைகிறது. அதாவது, தன்னைத்தானே அழித்துக்கொண்டு, வேறொரு தனிமமாக மாறுகின்றது. இப்படி அழிந்துபோவதை 'அரை வாழ்வுக் காலம்' *(Nuclearhalflife)* என்னும் அளவீட்டினால் அளக்கிறார்கள். ஒரு கிராம் எடையுள்ள சிதைவடையும் தனிமம், தன்னைத்தானே அழித்து (சிதைவடைந்து) அரை கிராம் எடையுள்ளதாக மாறுவதற்கு எடுக்கும் காலத்தை, 'அரை வாழ்வுக் காலம்' என்கிறார்கள். பல தனிமங்களின் அரைவாழ்வுக் காலம் பல்லாயிரம் ஆண்டுகளாக இருக்கிறது. தனிமங்கள் சிதைவடையும்போது, தனிமங்களின் தன்மைகளைப் பொறுத்து, அல்ஃபா கதிர், பீட்டா கதிர், காமா கதிர் என்னும் மூன்று விதமான கதிர்களை வெளிவிடுகின்றன. இந்தக் கதிர்களை வெளிவிடுவதால், படிப்படியாக அந்தத் தனிமங்கள் அழிந்து, புதிய தனிமங்கள் உருவாகின்றன. இதுவே மனிதர்களுக்கு ஆபத்தை விளைவிக்கக்கூடிய அணுக்கதிர்வீச்சு என்று சொல்லப்படுகிறது. ஒரு யுரேனியம் *U238* தனிமம், அல்பா கதிரை வெளியிட்டுப் படிப்படியாகச் சிதைவடைந்து, தோரியமாகவும் *(Th234)*, ஹீலியமாகவும் *(He)* மாற்றமடைகிறது. அதற்கெடுக்கும் காலம் மிகமிக அதிகமானது.

அணுப் பிளவு *(Nuclearfission)* என்பது வேறுவிதமானது. இதுவே அணுவுலைகளுக்கும் அணுகுண்டுகளுக்கும் அடிப்படையானது.

யுரேனியத்தின் ஐசடோப்புகளில் ஒன்றான *U235* தனிமத்தை, ஒரு நியூட்ரானால் மோதவிடும்போது, அந்த யுரேனியம் அணுக்கருவினுள்

உள்ள நியூக்ளியான்கள் சிதறடிக்கப்பட்டு, அணுக்கரு இரண்டாகப் பிளவுபடும். அப்படிப் பிளவுபடும்போது, ஒரு மடங்கு ஆற்றலும் மூன்று நியூட்ரான்களும் வெளிவிடப்படுகிறது. அத்துடன் புதிய அணுக்கதிர் வீச்சுள்ள தனிமங்களான பேரியமும் (Ba),கிரிப்டோனும் (Kr) உருவாகின்றன. வெளிவிடப்பட்ட மூன்று நியூட்ரான்கள், மேலும் மூன்று ஹி235 தனிமத்தில் மோத, மூன்று மடங்கு ஆற்றலும், ஒன்பது நியூட்ரான்களும் வெளிவரும். இப்படியே தொடர்ச்சியாக இந்த அணுப்பிளவு சங்கிலித் தொடர்ச்சியாக நடைபெறுவதால், மிகக்குறுகிய நேரத்தில் பெரியளவு ஆற்றல் வெளிவிடப்படுகிறது. இந்த ஆற்றல் வெப்பமாகவோ, அதிர்வாகவோ மாற்றப்படுவதால், மின்சாரம் போன்ற நல்ல பயன்பாடும், அணுகுண்டு போன்ற தீய பயன்பாடும் கிடைக்கின்றன.

அணுச்சிதைவு (Nuclear Decay), அணுப் பிளவு (Nuclear Fission) என்னும் இரண்டைப் பற்றியும் நீங்கள் தெளிவாகத் தெரிந்துகொள்ள வேண்டும் என்பதற்காகத்தான் முழுமையாக இல்லாவிட்டாலும், ஓரளவுக்குப் புரிந்துகொள்ளக்கூடிய அளவில் சொல்லியிருக்கிறேன். “இவை இரண்டைப் பற்றியும் ஏன் நாம் தெளிவாகத் தெரிந்துகொள்ள வேண்டும்?” என்று நீங்கள் நினைக்கலாம். அணுவுலைகள் மக்கள் மத்தியில் பிரச்சினையாக மாறிப்போன இந்தக் காலகட்டத்தில், பலர் அணுக்கதிர் வீச்சினால் வரும் பாதிப்பையும், அணுவுலை வெடிப்பினால் வரும் பாதிப்பையும் ஒன்றாகப் புரிந்து கொள்கின்றனர். ஒரு சாதாரணக் குண்டு வெடித்தால், வெடித்த இடத்தில் வெடிப்பினால் ஏற்பட்ட அதிர்வுகளின் பாதிப்பு மட்டுமே இருக்கும். அங்கு மக்களின் இறப்பும், பொருட்கள் சேதமும், கட்டடங்களின் உடைவும் காணப்படும். அத்தோடு அது முடிவடைந்துவிடும். காலமாற்றத்தில் அந்த இடம் பழைய நிலைக்குக் கொண்டுவரப்படும். இதுபோல, அணுவுலையோ, அணுகுண்டோ வெடித்தால், பாதிப்பு என்பது அதிர்வுகளினால் ஏற்படும் பாதிப்புகள் போலத்தான் தோன்றும். அணுப்பிளவின் மூலம் வெளியேறும் ஆற்றலின் வீரியத்தால் உருவாகும் வெப்பத்தினாலும், அதிர்வினாலும் அழிவு ஏற்பட்டால், இதுவும் ஒரு சாதாரண குண்டுவெடிப்பு நிகழ்வு போலவே பார்க்கப்படும். ஆனால், இங்குப் பிரச்சினை வேறு வகையானது. அணுப் பிளவினால், அணுச் சிதைவை உருவாக்கும்

வேறு தனிமங்களும் அந்த இடத்தில் சிதறடிக்கப்படுகின்றன. சிதறடிக்கப்பட்ட அணுக்கதிர்த் தனிமங்கள் பல்லாயிரம் ஆண்டுக் கணக்கில் அரைவாழ்வுக் காலங்களைக் கொண்டிருக்கும். அவை மொத்தமாக அந்த இடத்தைவிட்டு நீங்குவதற்கு ஆயிரம் ஆயிரம் ஆண்டுகள் தேவைப்படும். அதுவரை, அவை அங்கேயே நுட்பமான நிலையில் சிதறப்பட்டு அணுக்கதிர்வீச்சுகளை வெளிவிட்டபடி, மக்களை மெல்ல மெல்ல அழித்துக்கொண்டே இருக்கும்.

அணுவுலை ஒன்று வெடிப்பதையொட்டி பயம்கொள்ளாவிட்டாலும், அந்த வெடிப்பின் மூலம் நுட்பமாகச் சிதறடிக்கப்படும் கதிர்வீச்சுத் தனிமங்கள் பற்றியே அதிகம் கவலைகொள்ளவேண்டும். ஒரு அணுவுலையின் பாவனையின்போது, உருவாகும் அணுக்கழிவுகளும் இதுபோன்ற அணுக்கதிர்த் தனிமங்களையே தன்னுள் கொண்டிருக்கும். அதனால், அணுக்கழிவுபற்றி மிகுந்த கவனமும் கவலையும் கொள்ள வேண்டும். முன்னேறிய உலக நாடுகள், அணுக்கழிவுகளை எப்படிப் பாதுகாப்பாக வைக்க முடியும் என்பதைப் பெரும் பிரச்சினையாகவே எடுத்துக்கொள்கிறார்கள். அதை அவர்கள் எப்படிப் பாதுகாக்கிறார்கள் என்பது தனிக்கதை.

★

‘ஓன்கலோ’ என்னும் மனித இனத்தையே அழிக்கப்போகும் புதைகுழி

கடந்து வந்த மனித வரலாற்றில், எத்தனையோ நாகரிகங்கள் தோன்றியிருக்கின்றன. எத்தனையோ வல்லரசுகள் தோன்றியிருக்கின்றன. நாகரிகத்தின் உச்சாணிக் கொம்பில், எண்ணிக்கையில்லா நாடுகள் இருந்திருக்கின்றன. கலாசாரங்கள், சமுதாயங்கள், ஆட்சிகள், கூட்டாட்சிகளெனப் பல்வேறு வகையானவை பல்லாயிரக்கணக்கில் இதுவரை காலமும் இருந்திருக்கின்றன. அப்படி அவை இருந்ததை வரலாறு பதிவும் செய்திருக்கிறது. ஆனால், அவை இருந்ததற்கான அடையாளங்கள் இப்போது எங்கேயென்றே தெரியாமல், உருக்குலைந்து அழிந்துவிட்டன. எகிப்தின் பிரமிடாகவோ, இந்தியாவின் எல்லோராவாகவோ, ரோமின் கொலோசியமாகவோ, சீனாவின் பெருஞ்சுவராகவோ, பெருவின் மச்சுபிச்சுவாகவோ, மாயனின் மரபாகவோ அங்கொன்றும், இங்கொன்றுமாக மிச்சமாக விடப்பட்ட ஓரிரு அடையாளங்கள் பூமியில் காட்சி தந்தாலும், அவற்றுடன் சேர்ந்து கட்டப்பட்ட கட்டடங்கள் எல்லாமே, மண்ணோடு மண்ணாகி ஒன்றுமே இல்லாமல் அழிந்துவிட்டன. உதாரணமாக பிரமிடுகள் கட்டப்பட்டபோது, எகிப்தில் மாபெரும் சாம்ராஜ்யமே இருந்திருக்கிறது. ‘பாரோவா’ (*Pharoah*)மன்னர்களின் வாழிடம் முதல், மக்களின் வாழிடம்வரை எத்தனையோ கட்டடங்களும், அரண்மனைகளும் வானளாவி இருந்திருக்கின்றன.

ஆனால், அவற்றில் எஞ்சியிருப்பவை விரல்விட்டு எண்ணிவிடக்கூடிய சில பிரமிடுகளும், சில ஆலயங்களும் மட்டும்தான். ஏனைய அனைத்துமே மறைந்துவிட்டன. எகிப்தும் ரோமும் சீனாவும் இந்தியாவும் சில உதாரணங்கள்தான். ஆனால், உலகம் முழுவதும் பார்த்தால், சரித்திரங்களைச் சொல்லிய எத்தனையோ சாம்ராஜ்யங்களின் அடையாளங்கள் இருந்த இடம் தெரியாமல் மறைந்து போய்விட்டன. தமிழ்நாட்டை எடுத்துக்கொண்டால், ராஜராஜசோழன் கட்டிய தஞ்சைப் பெருங்கோவில் மட்டுமிருக்க, அவன் வாழ்ந்த அரண்மனையிலிருந்து, கோட்டை கொத்தளங்கள் வரை எவையும் முழுமையாக எங்குமில்லை.

இவையெல்லாம் நம்முன்னே இல்லாமல் மண்ணோடு மண்ணாகி மறைந்து போனதற்கான முக்கியமான காரணம், 'காலம்'. நடந்து செல்லும் காலம், மெல்லமெல்லத் தான் கடந்து வந்த சுவடுகளை அழித்தழித்துச் செல்லும் கடலலை போன்றது. எதையுமே அது முழுமையாக விட்டு வைப்பதில்லை. சில நூறு ஆண்டுகளிலேயே இருப்பவற்றைச் சுத்தமாய் அழித்துவிடும் தன்மையுடைய காலம், ஆயிரக்கணக்கான ஆண்டுகளென்றால், அடையாளங்களை அடியோடு தெரியாமலாக்கிவிடும். நான் மேலே சொன்ன பிரமிட்டுகளும், கொலோசியமும், எல்லோராவும், சீனப்பெருஞ்சுவரும்கூட, அதிகப்படியாக ஆறாயிரம் ஆண்டுகளுக்கு உட்பட்டவைதான். பத்தாயிரம் ஆண்டுகளுக்கு முன்னர் இருந்தவையென்று, பூமியின் எந்த மூலையிலும், எதுவும் முழுமையானதாக மிச்சமில்லை. அப்படி அவற்றைத் தேடவேண்டுமென்றால், பூமிக்கடியில் புதைபொருள் ஆராய்ச்சிமூலம் தோண்டியெடுத்தால்தான் உண்டு. அதுவும் உடைந்து சிதறிய சிதிலங்களாகத்தான் கிடைக்கும். பத்தாயிரம் ஆண்டுகளுக்கு முன்னர் இருந்த கட்டடங்கள் மட்டுமில்லை. அதற்கு முன்னர் இருந்த மொழிகள்கூடப் பூமியில் இப்போதில்லை. பத்தாயிரம் ஆண்டுகளுக்கு முன்னர் வாழ்ந்த மனிதனின் மொழி, இனம், கலாச்சாரம், அடையாளம், வாழ்விடம் அனைத்துமே எப்படி இருந்தன என்று, ஒரு கோட்பாட்டு ரீதியிலான கற்பனையாகவே நம்மால் ஒரு முடிவுக்கு வர முடிகிறது. இதே பத்தாயிரம் ஆண்டுகளை, இருபதாயிரம் ஆண்டுகளாகவோ, முப்பதாயிரம் ஆண்டுகளாகவோ எடுத்துக் கொண்டால் நிலைமை இன்னும் சிக்கலாகிவிடும். மனித

இனத்தின் வடிவங்களில், தோற்றங்களில்கூட மாற்றங்களைக் கொண்டுவந்துவிடும். அதுவே ஒரு லட்சம் ஆண்டுகளுக்கு முன்னர் என்றால்? சொல்லவே வேண்டாம். அதைச் சற்றுக் கற்பனை செய்து பாருங்கள்? ஒரு லட்சம் ஆண்டுகளுக்கு முன்னர் வாழ்ந்த மனிதர்களால், அவர்களுக்குப் பின்னர் வந்த சந்ததியினரான நமக்கு, எதையாவது அடையாளமாக விட்டுச் செல்ல முடிந்ததா? அதற்குச் சாத்தியங்கள்தான் உண்டா? முடியவே முடியாதல்லவா?

"அதெல்லாம் சரிதான். இதையெல்லாம் எதற்கு எங்களிடம் சொல்கிறீர்கள்?" என்றுதானே கேட்கிறீர்கள். உண்மைதான்! காரணம் இல்லாமல் நான் இவற்றையெல்லாம் உங்களுக்குச் சொல்லவில்லை. இவற்றை ஏன் இங்கு நான் சொல்ல வந்தேன் என்பதற்கு முன், வேறொரு தகவலையும் சொல்லிவிட்டுத் தொடர்கிறேன்.

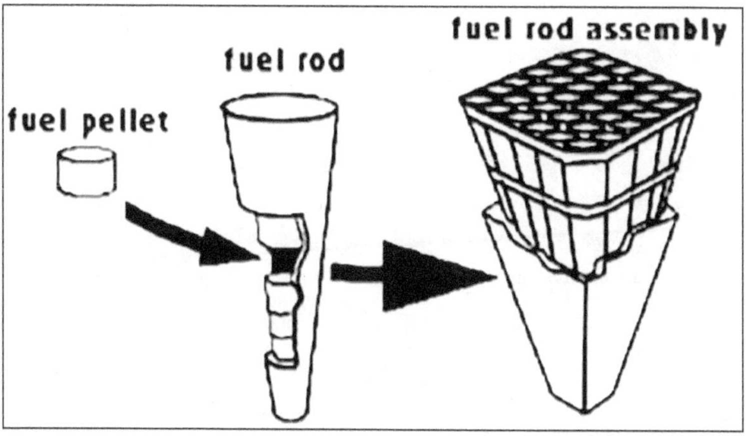

மனிதனின் கண்டுபிடிப்புகளில் மிகவும் அதிசயமாகவும், உபயோகமாகவும் இருந்த ஒரு கண்டுபிடிப்பு 'நெகிழி' (Plastic) என்பதாகும். கண்டுபிடிக்கப்பட்ட ஆரம்பத்தில் இந்த நெகிழியைத் (பிளாஸ்டிக்) தலையில் வைத்துக் கொண்டாடிய நாம், "பிளாஸ்டிக் பொருட்களின் பாவனையைத் தவிர்ப்போம்" என்று தற்போது கூக்குரல் எழுப்புகிறோம். நெகிழிப் பாவனைக்கு எதிராக மிகமுக்கியமான ஒரு காரணத்தையும் சொல்கிறோம். "மண்ணில் புதையும் நெகிழிப் பொருட்கள் கால ஓட்டத்தால் மண்ணோடு

மண்ணாக மக்கிவிடாமல் அப்படியே இருக்கின்றன. அதனால், நம் பூமித்தாய் மாசடைகிறாள். மண்ணின் வளமும் நாசமாகிறது. நமக்குப் பின்னர் வரும் நம் சந்ததியினர்களுக்கு நாம் செய்யும் துரோகம் இது” என்பதுதான் அந்தக் காரணம். அதாவது, நாம் இப்போது நிலத்தில் தூக்கிவீசும் நெகிழிகளினால், நமது பிற்காலச் சந்ததியினரின் வாழ்வாதாரம் குலைந்துவிடும் என்ற கவலையில், நன்கு பயன் தரக்கூடிய பிளாஸ்டிக்கையே வேண்டாமென்று தவிர்க்கப் பார்க்கிறோம். நமது எதிர்காலச் சந்ததியினர்களைப் பற்றிக் கவலைப்படும் நல்லவர்கள் அல்லவா நாம். கேட்கும்போது நன்றாகத்தான் இருக்கிறது. ஆனால், உண்மையாகவே நம் எதிர்காலச் சந்ததியினர்களைப் பற்றிக் கவலைப்படுபவர்கள்தானா நாம்? அந்த நல்ல பண்பு நமக்கு இருக்கிறதா? “நிச்சயமாக இருக்கிறது” என்று உங்களில் எவராவது சொல்வீர்களென்றால், ‘ஒன்கலோ’ *(Onkalo)* பற்றித் தெரிந்துகொள்ள வேண்டிய முதல் நபர் நீங்கள்தான். “அடுத்த சந்ததிகளைப் பற்றி எனக்கு எந்தக் கவலையுமில்லை. நான் நன்றாக வாழ்ந்தால் மட்டும் எனக்குப் போதும்” என்று நீங்கள் நினைப்பவரென்றால், ஒன்கலோ பற்றியல்ல, எதைப் பற்றிச் சொன்னாலும் எந்தப் பிரயோசனமும் இல்லை. உடனே, படிப்பதை நிறுத்திவிட்டு, காண்டி கிரஷ் விளையாடப் போகலாம். சரி இதில் ஏதாவது இருக்கும் என்னும் ஆர்வம் இருந்தால், அது என்னவென்று அறிந்துகொள்ளவாவது தொடர்ந்து படித்துப்பாருங்கள்.

லட்சம் ஆண்டுகளுக்கு மனித வரலாற்றில் ஏற்படும் மாற்றங்கள் பற்றி நாம் ஏன் பேசினோம் என்பதை இனி பார்க்கலாம். லட்சம் ஆண்டுகளுக்கு முன்னர் வாழ்ந்த நம் மூதாதையர்களின் அடையாளங்கள் எதுவுமே பூமியில் இப்போது முழுமையாக இல்லை. கிடைத்தவை எல்லாமே மண்ணில் புதைந்திருந்த ‘பாஸில்’ *(Fossil)* வகை எச்சங்கள்தான். இது இப்படியிருக்க, இனி வரப்போகும் எதிர்காலத்தைப் பாருங்கள். இன்றிருக்கும் நமது அடையாளங்களில் ஒன்றாவது, இன்னும் பத்தாயிரம் வருடங்களின் பின்னர் அப்படியே இருக்குமா என்பதை யோசியுங்கள்.

இனி வரப்போகும் பத்தாயிரம் ஆண்டுகளில் பூமியிலும், மனிதனிலும் எத்தனை மாற்றங்கள் வரலாம் சொல்லுங்கள்? எத்தனையோ யுத்தங்கள் ஏற்படலாம். இப்போதிருக்கும் நகரங்கள்

அனைத்துமே அழிந்துபோகலாம். கடந்த ஒரு நூற்றாண்டிலேயே இரண்டு உலக யுத்தத்தைக் கண்டவர்கள் நாம். இன்னும் பத்தாயிரம் ஆண்டுகளில் எத்தனை எத்தனை உலக யுத்தங்களைச் சந்திக்கப் போகிறோமோ யாருக்குத் தெரியும்? ஒட்டுமொத்த உலகையே, பல ஆயிரம் தடவை அழிக்குமளவுக்கு அணு ஆயுதங்களைக் கைவசம் வைத்துக்கொண்டிருக்கிறோம். ‘ம்’ என்றால் பட்டனைத் தட்டிவிடுவோம் என்று பயங்காட்டும் சூழ்நிலையில் இப்போது வாழ்ந்துகொண்டிருக்கிறோம். நிலத்திலிருந்து அணுகுண்டுகளைச் செலுத்துவதோடு இல்லாமல், விண்வெளியில் செயற்கைக் கோள்களில் அணுகுண்டுகளை அடுக்கி வைப்பதாகச் சொல்லி பயமுறுத்தும் தந்திரங்களையும் ஆரம்பித்துவிட்டோம். இன்னும் சில ஆண்டுகளில் ஒட்டுமொத்த பூமியும் அணு யுத்தத்தால் அழிந்துவிடும் என்ற நிலை இப்பொழுதே உருவாகிவிட்டது. அப்படியென்றால், பத்தாயிரம் ஆண்டுகளின் பின்னர் இருக்கப்போகும் பூமியை யோசித்துப் பாருங்கள்?

யுத்தங்கள் நடைபெற்று, அதில் எஞ்சிய ஒரு இனம் மீண்டும் துளிர்த்து, புதியதொரு மனித சமுதாயமாக உருவாகக்கூடிய சாத்தியங்களும் நிறையவே உண்டு. இன்றிருக்கும் அமெரிக்காவோ,

ரஷ்யாவோ, சீனாவோ, இந்தியாவோ நாளை இருக்காது. பத்தாயிரம் ஆண்டுகளின் பின்னர் வாழும் மனிதன், ஏதோவொரு பெயரில் உள்ள நாட்டில், எப்படி வாழ்வானோ? அவன் என்ன மொழி பேசுவானோ? எதுவுமே தெரியாது. பத்தாயிரம் ஆண்டுகளுக்கே இப்படியென்றால், ஒரு லட்சம் ஆண்டுகளுக்குப் பின்னர் வாழப்போகும் மனிதனைப் பற்றி என்ன தெரியும் நமக்கு? அவன் நம்மைப் போல உருவத்தில் இருப்பானா என்றுகூடத் தெரியாது. என்ன மொழி பேசுவான் என்றும் தெரியாது. ஆங்கிலம், ஜெர்மன், தமிழ் போன்ற மொழிகள் மட்டுமில்லை, பூமியில் இருக்கும் எந்த மொழியும் அப்போது வழக்கில் இருக்கவே இருக்காது. அதுதான் இதுவரை வந்த வரலாற்றின்மூலம் நாம் கற்றுக்கொண்டது.

ஒரு லட்சம் ஆண்டுகளுக்குப் பின்னர் வாழப்போகும் மனிதன், நமது வருங்காலச் சந்ததியினன் என்பது மட்டும்தான் நமக்குத் தெரியும். அது தவிர்த்த அவனைப் பற்றிய எந்த நிலைப்பாட்டையும் நம்மால் இப்போது கற்பனை செய்து பார்க்க முடியாது. எதிர்கால மனிதன், அறிவியலில் வளர்ந்து, அண்டம் முழுவதும் விண்கலங்களில் பயணம் செய்யும் ஒரு அதிபுத்திசாலியானவனாக இருப்பானென்றே நாம் நினைத்துக்கொண்டிருக்கிறோம். ஆனால், யாருக்குத் தெரியும், நடக்கப்போகும் அணு யுத்தங்களினால் அழிந்துபோய், அறிவியல் எல்லாம் அற்றுப்போய், பூச்சியத்தில் இருந்து ஆரம்பிக்கும் கற்கால மனிதன்போலக்கூட அவன் இருக்கலாம். அணுக்கதிர் வீச்சுகளால், பூமியின் மேற்பரப்பில் வாழமுடியாமல், நிலத்துக்குக் கீழே வாழும் குகை மனிதனாகவும் இருக்கலாம். இந்தச் சாத்தியங்களையெல்லாம் நாம் நன்கு புரிந்துகொண்டோமானால், 'ஒன்கலோ' பற்றித் தெரிந்துகொள்ள முழுமையாகத் தகுதி பெற்றுவிட்டோம் என்று அர்த்தமாகும். இனிமேல் 'ஒன்கலோ' என்றால் என்னவென்று நாம் பார்க்கலாம் வாருங்கள்.

'ஒன்கலோ' *(Onkalo)* என்பது பின்லாந்து *(Finland)* மொழிச் சொல்லாகும். இதன் அர்த்தம் குகை, குழி, மறைக்கப்பட்டது என்பவையாகும். உலகிலேயே முதன்முதலாக, மிக மோசமான முன்னுதாரணமாகப் பின்லாந்து நாட்டில் 'ஒன்கலோ' அமைக்கப்படுகிறது. நிலத்துக்கு 420 மீட்டர் கீழே, கிட்டத்தட்ட

ஐந்து கிலோமீட்டர் நீளமாக அமைக்கப்பட்ட சுரங்கம்தான் 'ஒன்கலோ'. 'இவ்வளவு ஆழத்திலும், நீளத்திலும் சுரங்கம் வெட்டி, நிலக்கரியையோ, பெட்ரோலையோ, தங்கத்தையோ எடுக்கப் போகிறார்கள்' என்றா நினைக்கிறீர்கள்? இல்லை, இந்தச் சுரங்கத்தை வெட்டி அதிலிருந்து எதையும் எடுக்கப்போவதில்லை. அதற்கு மாறாக, அங்கே எதையோ அடுக்கிவைக்கப்போகிறார்கள். புதைக்கப் போகிறார்கள். எதைப் புதைக்கப்போகிறார்கள் தெரியுமா? பின்லாந்து நாட்டில், அமைக்கப்பட்டிருக்கும் ஏழு அணுவுலைகளினாலும் வெளிவந்த அணுக்கழிவுகளை இந்த ஒன்கலோவில் புதைத்து வைக்கப்போகிறது பின்லாந்து அரசு. 420 மீட்டர் ஆழத்தில் வரிசையாகக் குழாய் போன்ற அமைப்பில் குழிகள் தோண்டி, அதனுள் அணுக்கழிவுகளையிட்டு, மேலும் கீழும் காங்கிரீட் நிரப்பிப் பாதுகாக்கப்போகிறது பின்லாந்து. எவ்வளவு காலத்துக்குப் பாதுகாக்கப்போகிறது தெரியுமா?

ஒரு லட்சம் வருடங்களுக்கு.

இப்போது வாழும் மனித இனத்துக்கு இந்தப் பாதுகாப்புப் போதுமானதுதான். சொல்லப்போனால் இன்னும் ஆயிரம் ஆண்டுகளுக்குக்கூடப் போதுமானதுதான். ஆனால் ஒரு லட்சம் ஆண்டுகளுக்கு இவை பாதுகாப்பானவையா?

மேலே நான் சொன்னவற்றை இப்போது மீண்டும் யோசித்துப் பாருங்கள்? எவ்வளவு முட்டாள்தனமான ஒரு திட்டம் இது. பத்தாயிரம் ஆண்டுகளிலே எல்லாமே அழிந்துபோய்விடும் நிலை இருக்கும்போது, ஒரு இலட்சம் ஆண்டுகள்வரை பாதுகாப்பதற்குத் திட்டம் போடுவதில் உள்ள முட்டாள்தனம் புரிகிறதா? எல்லாமே தடம் இல்லாமல் அழிந்துபோகக்கூடிய நிலையில், பல ஆயிரம் ஆண்டுகளுக்குப் பின்னர் வரும் நம் சந்ததி மனிதன், ஏதோ ஒரு காரணத்துக்காக நிலத்தைத் தோண்டும்போது, இந்தக் கட்டடங்கள் தென்பட்டால், 'அட! நம் மூதாதையர்கள் வாழ்ந்த ஏதோ ஒரு கட்டடம்' என்று நினைத்து, உடைத்துப் பார்ப்பான் அல்லவா? அப்போது அவன் நிலை என்ன? அப்படித்தானே நாம் நிலத்துக்குக் கீழே உள்ள கட்டடங்களையும், பாஸில்களையும் இப்போது கிண்டி ஆராய்கிறோம். அதுபோல, ஏதோ ஒரு விதத்தில் தப்பிப் பிழைத்து

வாழும் நம் சந்ததி மனிதனும் இந்தக் கட்டடங்களைத் தோண்டிப் பார்ப்பான். அப்போது அவனை இந்த அணுக்கழிவுகள் அடியோடு அழித்துவிடும் அல்லவா? கண்ணுக்குத் தெரியாத, மூக்கினால் நுகர முடியாத, வாயினால் ருசி அறியமுடியாத, உடலினால் உணர முடியாத கொடிய விசமல்லவா அது. இப்போது நீங்கள், "ஒரு லட்சம் ஆண்டுகளாகவா அது ஆபத்தாக இருக்கப்போகிறது? சில ஆயிரம் ஆண்டுகள் ஆபத்து இருக்கலாம். அதை இவர்கள் பெரிதாக்கி, ஒரு லட்சம் ஆண்டுகள் என்கிறார்கள். அவ்வளவு ஆண்டுகளுக்கு ஆபத்தாகவா இருக்கப்போகின்றன இந்த அணுக்கழிவுகள்?" என்று நினைக்கலாம். ஆனால், அணுவுலைகளில் பயன்படுத்தப்படும், அதியுயர் கதிர்வீச்சுத் தனிமங்களின் கழிவுகளுக்குத் *(High level radioactivewaste)* தங்கள் ஆற்றலை மொத்தமாக இழப்பதற்கு ஒரு லட்சம் ஆண்டுகள் தேவை என்பதுதான் இங்கு வேதனையான உண்மை.

அணுவுலைகளில் மின்சாரம் பெற்றுக்கொள்வதற்காகப் பயன்படுத்தப்படும் அணுக்கதிர்த் தனிமங்களைச் சிறிய குழாய்போன்ற அமைப்பில் தண்டுகள்போல *(FuelRods)* உருவாக்கி, அவற்றில் பலவற்றை ஒன்றுசேர்த்துப் பெரியதொரு குழாயாக அமைத்திருப்பார்கள். இதனுள்ளேயே நியூட்ரானின் மோதலுக்கு உள்ளாக்கப்பட்டுச் சங்கிலித் தொடர்ச்சியாக அணு மோதல்கள் ஏற்பட்டு, அதனால் பெறப்படும் வெப்பத்தினால் மின்சாரம் பெறப்படுகின்றது. இதன்மூலம் எஞ்சும் கழிவுப் பொருளும் ஒரு அணுக்கதிர்த் தனிமமாகவே மாற்றப்பட்டிருக்கும். அவை மிகமோசமாக அணுக்கதிரை வெளியிடுபவையாக இருக்கும். இவற்றின் வீரியத்தைக் குறைப்பதற்குப் போரிக் அமிலம் *(Boricacid)* கொண்ட குளிர்ந்த திரவத்தில் தண்டுகள் முழுமையாக அமிழ்த்தப்பட்டு, அணுவுலை இருக்குமிடத்திலேயே பல மாதங்களாகப் பாதுகாக்கப்படும். பின்னர், அங்கிருந்து அகற்றப்பட்டு 'ஒன்கலோ' போன்ற ஒரு இடத்தில் அடக்கம் செய்யப்படும்.

ஒரு லட்சம் ஆண்டுகள் என்றதும் வியப்பில் ஆழ்ந்து போகும் நீங்கள், சில அணுக்கதிர் தனிமங்களின் அரை வாழ்வுக் காலத்தை அறிந்து கொண்டால் ஆச்சரியப்படுவீர்கள். 'புளுட்டோனியம் 239' தனிமத்தின் அரை வாழ்வுக் காலம் எண்பதாயிரம் (80,000)

ஆண்டுகளாகும். இதுபோல, 'யுரேனியம் 233' தனிமத்தின் அரை வாழ்வுக் காலம், 159,000 வருடங்களும், 'யுரேனியம் 235' தனிமத்தின் அரை வாழ்வுக் காலம், 704 மில்லியன் வருடங்களுமாக இருக்கின்றன. அதன் அர்த்தம், அத்தனை ஆண்டுகளுக்கு அந்தத் தனிமங்கள் அணுக்கதிர்களை வெளியிட்டுக்கொண்டே இருக்கும் என்பதுதான். இப்போது புரிகிறதா, ஏன் ஒரு லட்சம் ஆண்டுகளுக்கு இந்தத் திட்டம் தீட்டப்பட்டதென்று? இப்படி ஒரு லட்சம் வருடங்களுக்குப் பாதுகாப்பதாகச் சொல்லப்படும் இந்தத் திட்டம் முடிவடைய நமது மூவாயிரமாவது சந்ததியினன் உயிருடன் இருப்பான். மூன்றாவது சந்ததியின் பெயரையே சரிவரத் தெரிந்துகொள்ளாத மக்கள் நாம். மூவாயிரமாவது சந்ததிகள்பற்றி எதுவுமே தெரியாமல் இப்படித் திட்டமிடுகிறோம்.

பின்லாந்து நாட்டின் தலைநகரான ஹெல்சிங்கியிலிருந்து (Helsinki) இருநூறு கிலோமீட்டர் தூரத்தில் இருக்கும் 'ஒய்ராயோக்கி' (Eurajoki) என்னுமிடத்திலேயே இந்த 'ஒன்கலோ' அமைக்கப்பட்டிருக்கிறது. பின்லாந்து நாடு வெளிப்படையாகச் செய்யும் இந்தச் செயலை அமெரிக்கா, சுவிஸ், பிரான்ஸ், ஜப்பான், சுவீடன், கனடா, பெல்ஜியம் போன்ற நாடுகளும் செய்வதற்காகச் சுரங்கங்களை அமைத்தன. ஆனால், புக்குஷிமாவில் நடந்த அணுவுலை பயங்கரத்தினால், பின்லாந்து தவிர்த்த ஏனைய நாடுகள் தங்கள் திட்டங்களைத் தள்ளிப்போட்டுக்கொண்டுள்ளன. அதுவும் மக்களின் பாரிய போராட்டங்களுக்கு மத்தியில். உலகம் பூராவும் இதுவரை இரண்டு லட்சத்து ஐம்பதினாயிரம் (250,000) டன்கள் அணுக்கழிவு சேர்ந்து போயிருக்கின்றன. அவற்றை எங்கே, எப்படிப் பாதுகாப்பது என்று தெரியாமல் முழி பிதுங்கிப்போய் இருக்கின்றனர். 'ஒன்கலோ' போலப் புதைக்கப்படாமல் இருந்தால், தினமும் மில்லியன் கணக்கான டாலர் செலவழிந்துகொண்டே இருக்கும். 'அட! அதற்காகப் பின்லாந்து நாடு, 'ஒன்கலோ' அமைப்பதற்காகச் செலவழிக்கும் தொகை சாதாரணமானதென்று நினைத்துவிட வேண்டாம். மொத்தமாக 818 மில்லியன் யூரோக்களைப் பின்லாந்து இந்தத் திட்டத்துக்குச் செலவிடுகின்றது. ஒவ்வொரு நாடும் இப்படிப் புதைக்காமல் அணுகதிர்க் கழிவுகளைப் பாதுகாப்பதென்றால், இதைவிட அதிக பணத்தைச் செலவிட வேண்டும்.

அணுவுலை என்பது தடையில்லா மின்சாரத்தையும், மாசற்ற மின்சாரத்தையும் தருகிறது என்பது உண்மைதான். ஆரம்பத்தில் அது லாபகரமானதாகவே தோன்றும். ஆனால் அணுக்கழிவைக் கருத்தில் கொண்டால், அதன் பின்னர் ஏற்படப்போகும் செலவு நினைத்தே பார்க்க முடியாததாக மாறிவிடும். ஒவ்வொரு திட்டங்களும் மில்லியன் கணக்கான டாலர்களை விழுங்குவதாகவே இருக்கும். இந்த மோசம்போகும் திட்டங்கள் மூலமும் ஒரு கூட்டம் பணம் செய்யும் வித்தையை நடத்திக்கொண்டிருக்கும். இப்படியோ, அப்படியோ அவர்களுக்கு மட்டும் பணம் பெருகப்போவது உறுதி. மக்கள் பொருளாதாரத்தினால் அடிபடப்போவதும் உறுதி.

இறுதியாக ஒன்றை மட்டும் சொல்லிவிடுகிறேன். 'அணுவுலை ஒன்றின்மூலம், ஒரு மணி நேரத்துக்குத் தேவையான மின்சாரத்தை ஒரு நாடு உருவாக்கும்போது, அதேயளவு அணுக்கழிவையும் உருவாக்குகின்றது. ஒரு மணி நேரத்துக்குத் தேவையான மின்சாரம், அந்த ஒரு மணி நேரத்தில் செலவழிந்த பின் மாயமாகிவிடும். ஆனால், அதனால் உருவாக்கப்பட்ட அணுக்கழிவு, ஒரு லட்சம் வருடங்களுக்கு நம்முடனும் நமது மூவாயிரமாவது சந்ததிவரை சேர்ந்தே வந்து கொண்டிருக்கும். அருகிலிருந்து, வாயைப் பிளந்து, நம்மையே விழுங்க விரும்பும் அரக்கனாகக் காத்திருக்கும். என்றாவது ஒருநாள் அது நம்மை விழுங்கியும் விடும்.

நன்றி,

Into Eternity

★

அணுத்துகள்களின் இரட்டை நிலையும் ஷ்ரோடிங்கரின் பூனைச் சிந்தனையும்

இந்தக் கட்டுரையில் நான் சொல்லவரும் தகவல்கள் அனைத்தும் குவாண்டம் இயற்பியலின் (*Quantum Physics*) அடிப்படையிலானது. 1935ம் ஆண்டளவில் பிறந்த பிரபலமான சிந்தனையொன்றைப் பற்றியது. புரிவதற்கு மிகவும் கடினமானது. இருந்தாலும், தமிழில் இலகுவில் புரியவைப்பதற்காக, என்னாலான ஒரு முயற்சியாகவே இதைக் கருதுகிறேன். "இயற்பியலில் எனக்கு நாட்டமில்லை, அதனால் நான் இதைப் புரிந்துகொள்ளவேண்டிய அவசியமில்லை" என்று நினைத்து, நீங்கள் இதை ஒதுக்கிவிட்டுச் செல்ல வேண்டாம். நவீன அறிவியல், நினைத்துப் பார்க்கவே முடியாதளவுக்கு வளர்ந்துவிட்ட இந்தக் காலகட்டத்தில், அனைவரும் கட்டாயம் தெரிந்துகொள்ளவேண்டியதாகவே இதை நான் கருதுகிறேன். அதனால் சிரமங்களை ஒருபுறம் ஒதுக்கி வைத்துவிட்டு, கட்டுரைக்குள் என்னுடன் நுழைந்துகொள்ள வாருங்கள்.

"யான்நோக்கும் காலை நிலன்நோக்கும் நோக்காக்கால்
தான்நோக்கி மெல்ல நகும்"

அறிவியல் கட்டுரையொன்றைத் திருக்குறளுடன் ஆரம்பிப்பது உங்களுக்கு ஆச்சரியத்தைத் தரலாம். அறிவியலைத் தேடி

ஓடிக் களைத்து, திருக்குறளென்னும் மெய்யியலில் அடங்கி ஒடுங்குவதில் தப்பே கிடையாது. ஆனாலும், திருக்குறளின் மேன்மை பற்றிப் பேசுவதற்காக இந்தக் குறளை இங்கு நான் தரவில்லை. காமத்துப் பாலின் 1094ஆம் குறளான, இந்தக் குறள் தரும் அர்த்தம், குவாண்டத் துகளொன்றின் செயலொன்றுடன் அப்படியே ஒத்துப்போகிறது என்றால் நிச்சயம் நீங்கள் ஆச்சரியப்படுவீர்கள். 'காதலன் பார்க்கும்போது நிலம் பார்த்து, பார்க்காதபோது அவனைப் பார்த்துத் தனக்குள் மெல்லச் சிரிப்பாள்' என்பதுதான் இந்தக் குறளின் பொருள். இதில் பார்ப்பவர், பார்க்கப்படுபவர் இருவரும் உயிருள்ள காதலர்கள். ஆனால், குவாண்ட நுண்துகள்களும் இதுபோன்ற வினோதச் செயற்பாட்டுடன் இயங்குகின்றன என்பது உங்களுக்குத் தெரியுமா? அதாவது, குவாண்டம் நிலையில் இருக்கும்

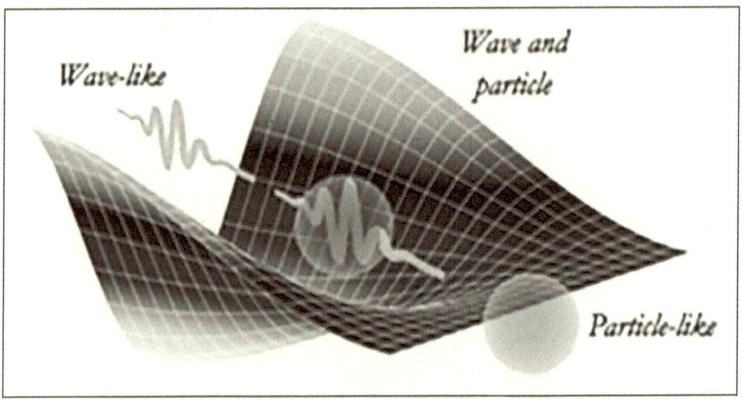

ஒரு எலெக்ட்ரானை எடுத்துக்கொள்ளலாம். அந்த எலெக்ட்ரான் அசையும்போது அதை அவதானித்தால், அப்போது அது ஒரு நிலையையும், நாம் அவதானிக்காதபோது வேறொரு விதமாகவும் இயங்குகிறது. அந்த எலெக்ட்ரானுக்கு நாம் அவதானிப்பது ஏதோ வகையில் தெரிகிறது. உயிரற்ற எலெக்ட்ரானுக்கு இது எப்படிச் சாத்தியம்? இதை உங்களாலும் நம்ப முடியவில்லை அல்லவா?

குறளில் சொன்னதுபோல உயிருள்ள ஒருவரால், பார்க்கும்போது பார்க்காமல் இருக்கவும், பார்க்காதபோது பார்க்கவும் முடியும். அது எப்படி, உயிரற்ற எலெக்ட்ரான்களால் பார்க்கும்போது ஒரு

விதமாகவும், பார்க்காதபோது வேறு விதமாகவும் இருக்க முடியும்? நாம் பார்ப்பதை அதற்குச் சொல்பவர் யார்? எலெக்ட்ரானின் இந்த நடவடிக்கை, இயற்பியலாளர்களை ஆச்சரியத்துடன் நிமிர்ந்து உட்கார வைத்தது. இதைப் பரிசோதித்துப் பார்த்தவர்கள் திணறிப் போனார்கள். இவையெல்லாம் குவாண்டம் நிலையில் மட்டுமே நடைபெறுகின்றன. இவற்றைப் பற்றி நாம் தெளிவாக அறிந்து கொள்ள வேண்டும். அதற்கு 'குவாண்டம்' என்றால் என்னவென்று பார்க்க வேண்டும்.

முடிவில்லாமல் பரந்து விரிந்திருக்கும் இந்தப் பேரண்டம், உடுக்கள், கருங்குழிகள், கோள்கள் போன்ற பிரம்மாண்டமான பொருட்களைத் தன்னுள்ளே அடக்கியிருக்கிறது. இந்தப் பொருட்கள் அனைத்துக்கும் அடிப்படையானது மிகச் சிறிய அளவுடைய அணுவாகும். அணுக்கள் ஒன்றுசேர்ந்து மூலக்கூறாகி, மூலக்கூறுகள் ஒன்று சேர்ந்து பொருட்கள் உருவாகின்றன.

இந்தப் பொருட்களால் பூமிக்கோள் கட்டமைக்கப்படுகிறது.

கோள்கள், உடுக்கள் சேர்ந்து பேரண்டமாகிறது. சமீபகால இயற்பியலாளர்கள் அணு எதனால் உருவாக்கப்பட்டது என்று ஆராய முயன்றார்கள். அங்கு அவர்களுக்கு வியப்பும், விந்தையுமான விடைகள் கிடைக்க ஆரம்பித்தன. ஒரு அணு, பலவகை நுண்துகள்களால் நிறைந்திருப்பதைக் கண்டார்கள்.

பேரண்டம் எந்தளவுக்கு அணுக்களையும், பொருட்களையும் கொண்டிருந்ததோ, அதேபோலப் பலகோடி நுண்துகள்களால் அணு உருவாக்கப்பட்டிருந்தது. பேரண்டம் போன்று, நுண் அண்டமாக அணு காணப்பட்டது. நுண் அணுத்துகள்கள் *(SubatomicParticles)* என்று அழைக்கப்படும் மிக மிகச் சிறிய துகள்களாலான மகாச்சிறிய அண்டமொன்று அங்கு இயங்கிக்கொண்டிருக்கிறது.

அணுக்களுக்குள்ளே இயங்கிக்கொண்டிருக்கும் அந்த நுண்ணிய அண்டமே, 'குவாண்டம்' என்று அழைக்கப்படுகிறது. ஒன்று, பெரிய அளவிலான அண்டம். மற்றது, அணுக்களுக்குள்ளே இயங்கும் நுண்ணிய குவாண்டம். 'குவாண்டம்' என்பது பிறமொழிச் சொல்லாக இருந்தாலும், தமிழில் 'அண்டம்', 'குவாண்டம்' என்னும் இரட்டைச்

சொற்களாகப் பொருந்தியது போல, வேறு எந்த மொழியிலும் பொருந்தவில்லை. அண்டத்துக்கு எதிர், குவாண்டம் என்று தமிழில் அமைந்தது ஒரு மாபெரும் தற்செயலே!

அணுவைப் பிளந்து பார்த்தால், அங்கு எலெக்ட்ரான், புரோட்டான், நியூட்ரான் ஆகியவற்றால் அது உருவாக்கப்பட்டிருப்பதைக் கண்டுகொள்ளலாம். இந்த மூன்றுமே, குவாண்டத்திற்கான கதவுகளைத் திறந்துவிடுகின்றன. புரோட்டான்களையும், நியூட்ரான்களையும் பிரித்துப் பார்த்தபோது, அவை குவார்க்குகள், குளுவான்கள் ஆகியவற்றால் உருவாகியிருப்பது கண்டுபிடிக்கப்பட்டது. இப்படியே படிப்படியாக பலவிதமான நுண் அணுத்துகள்கள் கண்டுபிடிக்கப்பட்டன. இன்னும் எத்தனையோ துகள்கள் கண்டுபிடிக்கப்படாமலும் இருக்கின்றன.

இந்தத் துகள்கள், போஸான்கள், பேமியான்கள், லெப்டான்கள், ஹாட்ரான்கள், மேசோன்கள், பாரியோன்கள், மாட்டர்கள், ஆன்டி மாட்டர்கள் என்று பலவகையான எண்ணிக்கையில் குவிந்தபடி காணப்படுகின்றன. இவையனைத்தும் மிகச் சிறியதென்று நாம் நினைத்த அணுவுக்குள்ளே இருப்பவை. இவை அனைத்தும் ஒன்றுசேர்ந்துதான் தனியாக ஒரு அண்டம்போல இயங்குகின்றன.

அங்குள்ள துகள்களில் பல ஒளியின் வேகத்தில் பயணிப்பவை. மனிதனால் கற்பனை செய்தே பார்க்க முடியாத இயல்புகளைக் கொண்டவை. நவீன இயற்பியலாளர்கள் வெளியிடும் புரட்சிகரமான,

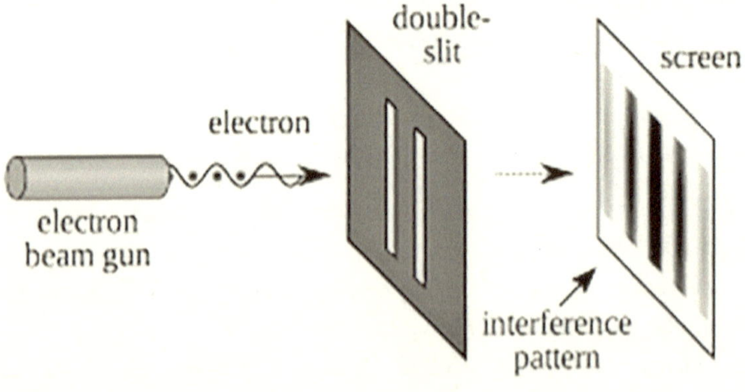

அதிர்ச்சிகரமான அறிக்கைகளுக்கு மூலகாரணமாக இருப்பவை. இவற்றைப் பற்றி அறிந்துகொள்வதே 'குவாண்டம் இயற்பியல்' எனப்படுகிறது.

எலெக்ட்ரான் (Electron) இரண்டு விதங்களில் இயங்குகிறது என்று சொல்லியிருந்தேன். அது, சாதாரணமாக ஒரு துகள் (paticle)போலவே காணப்படும். ஆனால், அதை நாம் அவதானிக்காதபோது, அலைகளாக (Wave) மாறிப் பயணிக்க ஆரம்பிக்கிறது. ஒரே எலெக்ட்ரான், துகள் போலவும் அலையாகவும் இரண்டு விதங்களில் இருப்பதென்பது சாத்தியமற்றது. ஆனால், எலெக்ட்ரான் இந்த இரண்டு நிலைகளிலும் இருப்பது என்னவோ உண்மை. இதை ஆராய்ச்சிகளின் மூலம் நிரூபிக்கவும் செய்தார்கள்.

ஓர் உலோகத் தகட்டில், மேலிருந்து கீழாக மெல்லிய, செவ்வக வடிவம் கொண்ட நீண்டதொரு துளையை உருவாக்கினார்கள். அந்தத் தகடு முன்னால் இருக்க, அதன் பின்னால் ஒளிரக்கூடிய திரையொன்றையும் வைத்தார்கள். அந்தத் தகட்டை நோக்கி, எலெக்ட்ரான் துப்பாக்கிமூலம், எலெக்ட்ரான்களைத் தொடர்ச்சியாகச் சுட்டார்கள். தகட்டில் படும் எலெக்ட்ரான்கள் தெறித்துவிட, துளைகளினூடாகச் சென்ற எலெக்ட்ரான்கள் தகட்டின் பின்னால் இருந்த திரையில்பட்டு ஒளிர ஆரம்பித்தன, அங்கு மேலிருந்து கீழாகச் செவ்வக வடிவில் நேர்கோட்டில் எலெக்ட்ரான்கள் ஒளிர்ந்ததை அவதானிக்க முடிந்தது. அதாவது, நிஜமான துப்பாக்கிக் குண்டுகள் நேராகச் சென்று சுவரைத் துளைப்பதுபோல, நேர்கோட்டில் அந்தத் திரையில் எலெக்ட்ரான்கள் படிந்ததை அவதானிக்க முடிந்தது. இது எலெக்ட்ரான்கள் ஒரு பொருள்போல, துகள்களாக இருப்பதை உறுதிப்படுத்துகிறது. இப்போது, முன்னரிட்ட துளைபோல, அதற்கு அருகில் இன்னுமொரு துளையை அந்தத் தகட்டில் இட்டு, எலெக்ட்ரான்களை முன்னரைப் போல அந்த இரண்டு துளைகளினூடாகத் தொடர்ச்சியாகச் சுட்டபோது, பின்னால் இருந்த திரையில், அருகருகே இரண்டு கோடுகளாக எலெக்ட்ரான்கள் ஒளிர்வதைக் கண்டார்கள். இதுவும் எலெக்ட்ரான்கள் துகள்கள்தான் என்பதை உறுதிப்படுத்தியது. ஆனால், அந்தச் சமயத்தில் இதே பரிசோதனையை வேறு விதமாகச் செய்து பார்த்தனர்.

தகட்டினூடாக எலெக்ட்ரான்களைச் சுடும்போது, அதை யாரும் அவதானிக்காதபடி பார்த்துக்கொண்டார்கள். அப்போதுதான், அந்த அதிசயம் நடந்தது. பின்னால் இருக்கும் திரையில் இரண்டு நேர்கோடுகள் ஒளிர்வதற்குப் பதில், வரிசையாகப் பல நேர்கோடுகள் படிந்ததைக் கண்டார்கள். எலெக்ட்ரான்கள் அலைகளாக இயங்கினால் மட்டுமே இப்படியான வடிவம் நமக்குக் கிடைக்கும். ஒரு குளத்தில் கல்லெறியும்போது, வட்ட வடிவங்களில் அலைபோல உருவாகுமே, அதுபோன்ற செயல்பாடு இது. எலெக்ட்ரான்களை அந்த இருதுளைகளூடாகச் சுடும்போது, அவதானித்தும், அவதானிக்காமல் விட்டும் பல தடவைகள் இந்தப் பரிசோதனையைச் செய்து பார்த்தபோது, கிடைத்த தரவுகள் ஒரே மாதிரி இருந்தன. அவற்றை அவதானிக்கும்போது துகள்களாகவும் அவதானிக்காதபோது அலையாகவும் இயங்கியது உறுதிப்படுத்தப்பட்டது.

இந்த ஆராய்ச்சி, 'இருதுளைப் பரிசோதனை' *(doubleslit experiment)* என்று அழைக்கப்படுகிறது. (இங்கு சொல்லப்பட்டதைப் புரிந்துகொள்ள முடியாதவர்கள் படத்தைப் பார்த்துப் புரிந்து கொள்ளலாம்). எலெக்ட்ரான்கள் எப்படி, ஒரு சமயத்தில் துகள்களாகவும், இன்னுமொரு சமயத்தில் அலைகளாகவும் இயங்குகின்றன?அவற்றை நாம் அவதானிப்பது தெரிந்ததும், உடனடியாக அலைகளாகச் செயல்படுவதை நிறுத்திவிட்டு, துகள்களாக எப்படித் தங்களை மாற்றிக்கொள்கின்றன? ஏற்கனவே, எலெக்ட்ரான் அலையாகவும் துகளாகவும் இருக்கும் என்பதை அனுமானித்துக்கொண்ட ஆய்வாளர்களுக்கு, நாம் அவதானிப்பதால் தன் செயலை அது மாற்றிக்கொள்கிறது என்பதைப் புரிந்துகொள்ள முடியவில்லை. 'எலெக்ட்ரானுக்கு உயிர் இருக்கிறதா?' என்றுகூடச் சந்தேகித்தனர். இப்படிப்பட்ட செயல்பாடு, எலெக்ட்ரானுக்கு மட்டுமல்லாமல், பெரும்பான்மையான நுண்ணணுத்துகள்களுக்கு இருந்ததையும் கண்டுகொண்டனர். இப்படித் துகள்கள் என்ன நிலையில் இருக்கின்றன என்று தெரியாத நிலையை, 'உச்ச நிலை' *(Super position)* என்று இயற்பியலாளர்கள் அழைக்கிறார்கள்.

குவாண்டம் இயற்பியல் ஆரம்பித்த காலகட்டங்களில் 'சூப்பர் பொசிஸன்' என்பதைப் பலரால் புரிந்துகொள்ள முடியாமல் இருந்தது.

'சூப்பர் பொசிஸன்' நிலையைப் புரியவைப்பதற்காக, ஆஸ்ட்ரியாவைச் சேர்ந்த இயற்பியலாளரான 'எர்வின் ஷ்ரோடிங்கர்' *(ErwinSchroedinger)* என்பவர், 1935ஆம் ஆண்டில் ஒரு புதுமையான சிந்தனையை முன்வைத்தார். அந்தச் சிந்தனையே, 'ஷ்ரோடிங்கரின் பூனைச் சிந்தனை' *(Schrodinger's Cat Thought)*என்று அழைக்கப்படுகிறது. ஷ்ரோடிங்கர் ஆஸ்ட்ரியா நாட்டில் பிறந்தாலும், ஜெர்மனியின் நாஸிகள் ஆஸ்ட்ரியாவைக் கைப்பற்றிய சமயத்தில் அயர்லாந்துக்குச் சென்றடைந்தார். டப்ளின் நகரில் வைத்தே தனது புரட்சிகரமான பூனைக் கருத்தை அவர் வெளியிட்டார். குவாண்டம் இயற்பியலின் ஆரம்பகர்த்தாக்களில் ஷ்ரோடிங்கரும் ஒருவர்.

அணுத்துகள்களின் இரட்டை நிலைகளையும், சூப்பர் பொசிஸனையும் விளக்குவதற்காகத் தனது பூனையை மையமாக வைத்தே ஷ்ரோடிங்கர் ஒரு கருத்தைத் தெரிவித்தார். அதற்காக அவர் தனது பூனையை எந்தவொரு பரிசோதனைக்கும் உட்படுத்தவில்லை. வாய்மொழியாகச் சொல்லப்பட்ட ஒரு பரிசோதனைச் சிந்தனைதான் இது. அந்தச் சிந்தனைக்கான பரிசோதனையைச் சுருக்கமாகச் சொல்கிறேன். இறுக்கமாக அடைக்கப்பட்ட, இரும்பினாலான ஒரு பெட்டிக்குள் கதிர்வீச்சை வெளிவிடும் ஒரு தனிமத்தின் மிக மிகச் சிறிய அளவை எடுத்து, அதாவது, அந்தத் தனிமத்தின் சொற்ப அணுக்களை மட்டும் எடுத்து அந்தப் பெட்டிக்குள் வைக்க வேண்டும். கதிர்வீச்சுத் தனிமம் கதிர்வீச்சை வெளிவிடும்போது அந்தக் கதிர்வீச்சை அளப்பதற்கென ஒரு கருவியை உபயோகிப்பார்கள். அந்தக் கருவி 'கைகர் எண்ணி' *(Geiger Counter)* என்று அழைக்கப்படுகிறது. அந்த 'கைகர் எண்ணி' கருவியையும், கதிர்வீச்சுத் தனிமத்துடன் சேர்த்து அந்தப் பெட்டியில் வைக்க வேண்டும். பின்னர் ஒரு சிறிய கண்ணாடிக் குடுவையினுள் சயனைட் விஷத்தை நிரப்பி, அதையும் பெட்டியினுள் வைக்க வேண்டும். கதிர்வீச்சுத் தனிமம் கதிர்வீச்சை வெளியிடும் சமயத்தில், 'கைகர் எண்ணிக் கருவி', ஒரு அசைவுடன் இயங்க ஆரம்பிக்கும். அந்த அசைவின்போது, அதனுடன் சேர்ந்து இயங்கக்கூடிய சம்மட்டி ஒன்றும் பொருத்தப்பட்டு இருக்க வேண்டும். அதாவது, கதிர்வீச்சுத் தனிமம் கதிர்வீச்சை வெளியிடும் போது, 'கைகர் எண்ணி' அசையும். அப்போது அந்தச் சம்மட்டியும் அசைந்து சயனைட் விசமுள்ள குப்பியைத் தாக்கி

உடைக்குமாறு அனைத்தும் வடிவமைக்கப்பட்டிருக்க வேண்டும். ஷ்ரோடிங்கரின் ஆராய்ச்சிப்படி செய்ய வேண்டியவை இவை.

இதன் பின்னர் ஷ்ரோடிங்கரின் பூனைச் சிந்தனைக்கான பரிசோதனை ஆரம்பமாகிறது. ஒரு உயிருள்ள பூனையை எடுத்து அந்தப் பெட்டியினுள்ளே இட்டு மூடிவிட வேண்டும். பெட்டிக்குள்ளே நடப்பது எதுவும் வெளியே தெரியாதபடி பெட்டி இறுக்கமாக மூடப்பட்டிருக்கும். இப்போது இரண்டுவிதமான சாத்தியங்கள் பெட்டிக்குள் நடைபெறலாம். ஒன்று, பெட்டிக்குள் இருக்கும் கதிர்வீச்சுத் தனிமம் சிதைவுற்றுக் *(Decay)* கதிர்வீச்சை வெளிவிடலாம்; அல்லது அது சிதைவடையாமல் கதிர்வீச்சை வெளிவிடாமலும் இருக்கலாம். கதிர்வீச்சை அந்தத் தனிமம் வெளிவிட்டால், 'கைகர் எண்ணி' இயக்கப்பட்டு, அதன்மூலம் சம்மட்டியானது சயனைட் இருக்கும் குப்பியைத் தாக்கி, சயனைட் விஷத்தினால் பூனை

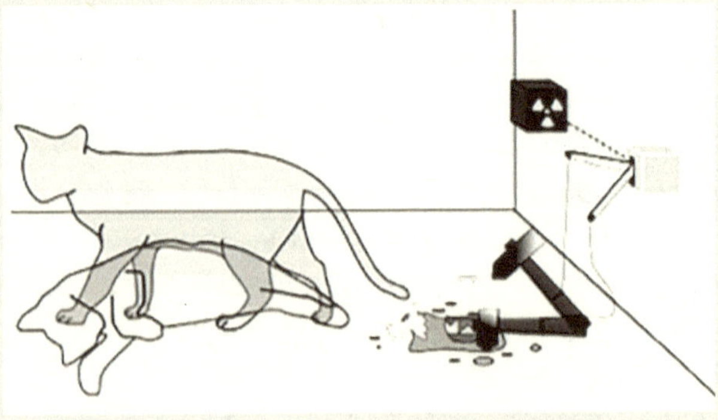

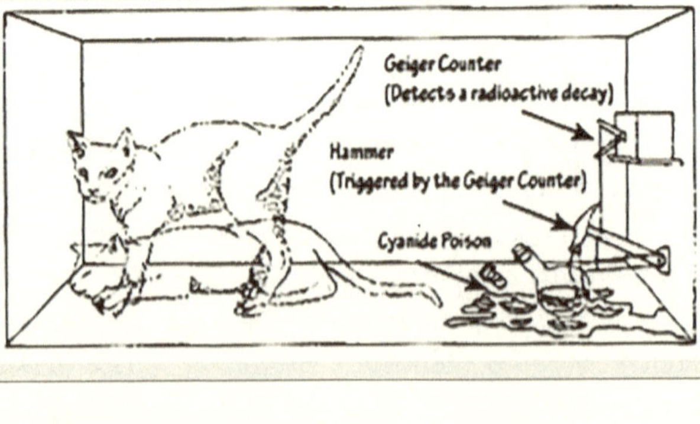

இறந்து போய்விடும் அல்லது அந்தத் தனிமம் சிதைவடையாமல் இருந்து, எதுவுமே நடக்காமல் பூனை உயிருடன் இருக்கும்.

இப்போது யோசித்துப் பாருங்கள். அந்தப் பெட்டியைத் திறக்கும் வரை, பூனை உயிருடன் இருக்கிறதா? இல்லையா? என்பது வெளியில் இருக்கும் நமக்குத் தெரியாது. பெட்டியைத் திறந்தால் மட்டுமே பூனை உயிருடன் இருக்கிறது அல்லது இறந்திருக்கிறது என்பது தெரியவரும். ஆனால் பெட்டி மூடிய நிலையில் இருக்கும்போது, பூனை உயிருடன் இருக்கவும் அல்லது உயிரில்லாமல் இருக்கவுமான இரண்டு சாத்தியங்கள் உண்டு. ஒரே நேரத்தில் பூனை உயிருடனும், இறந்தும் இருக்கக்கூடிய இரட்டை நிலை அங்கே காணப்படுகிறது. எப்போது பெட்டியைத் திறந்து நாம் அவதானிக்கிறோமோ, அப்போது அந்த இரட்டை நிலையில் இருந்து விலகி, ஒரு நிலையை மட்டும் எடுக்கும். இது பூனையை அவதானிப்பவர்களான நம்மை வைத்துக் கணிக்கப்படும் ஒரு பார்வை. இதுபோலப் பெட்டிக்குள் பூட்டப்பட்டிருக்கும் பூனையின் பார்வையில் இந்தச் செயல்பாட்டைக் கவனியுங்கள். கதிர்வீச்சை அந்தத் தனிமம் வெளியிடாதவரை பூனை அந்தப் பெட்டியில் உள்ள அனைத்தையும் பார்த்துக்கொண்டே இருக்கும். அது உயிருடன் இருக்கும்வரை எதுவுமே நடக்காமல், எந்த மாற்றமும் இல்லாமல் இருக்கும். ஏதாவது நடந்தால், அந்தக் கணமே பூனை உயிருடன் இருக்காது. இறந்த பூனைக்கு எதுவும் தெரியாது. அதனால் பூனைக்கு எப்போதும் ஒரேயொரு நிலை மட்டுமே இருக்கும். அந்தப் பெட்டிக்குள் இருப்பவை எந்த மாற்றம் இல்லாமல் காட்சிதரும் நிலைதான் அது. இரண்டாம் நிலை என்பது அதன் பார்வையில் இருக்கப்போவதேயில்லை. அப்படியொன்று இருக்கும் பட்சத்தில் அந்தப் பூனை இறந்து போயிருக்கும். அதனால் பூனை ‘சூப்பர் பொசிஸன்’ என்னும் நிலையில் இருக்கும். அந்தப் பெட்டியைத் திறக்கும்வரை, நமது பார்வையில் ஒரே சமயத்தில் பூனை இறந்தும், இறக்காமலும் உள்ள இரட்டை நிலை இருந்துகொண்டே இருக்கும். நாம் எப்போது பெட்டியைத் திறந்து பார்க்கிறோமோ, அப்போது அந்த இரட்டை நிலை விடுபட்டு, பூனை இறந்துவிட்டது; அல்லது உயிருடன் இருக்கிறது என்னும் ஒற்றை நிலைக்கு வந்துவிடுவோம்.

மேலே சொல்லப்பட்ட ஷ்ரோடிங்கரின் பூனைச் சிந்தனை, மிகச் சரியாக அணுத்துகள்களின் செயற்பாடுகளைப் புரியவைக்கிறது. இந்த 'ஷ்ரோடிங்கரின் பூனைச் சிந்தனை' இன்றுவரை பலராலும் வியந்து சொல்லப்பட்டு வருகிறது. குவாண்டம் இயற்பியலுக்கு மிகவும் வலிமையைச் சேர்த்த ஒரு தத்துவமாகவே இது இன்றுவரை பார்க்கப்படுகிறது. பெட்டிக்குள் பூட்டப்பட்ட கதிர்வீச்சுத் தனிமம் ஏன் கதிர்வீச்சை வெளிவிடாமல் இருக்கவேண்டுமென்ற கேள்வி இங்கு எழலாம். கதிர்விச்சுத் தனிமம் என்றால், தானே சிதைந்து (Decay) கதிர்வீச்சை வெளிவிட வேண்டும்? அப்படி வெளிவிட்டால் பூனை இறந்து போகக்கூடிய வாய்ப்புத்தான் அதிகம் உண்டு. அதுதான் உண்மையும் கூட. 'அப்படி இருக்க, அது ஏன் கதிர்வீச்சை வெளிவிடாமல் இருக்க வேண்டும்' என்பது பெரிய கேள்வியாகிறதல்லவா? அதைப் புரியவைக்க முதலில் கதிர்வீச்சுத் தனிமங்களின் 'அரை வாழ்வுக் காலம்' என்றால் என்ன? அது என்ன வகையில் நடைபெறுகிறது என்று பார்க்கலாம். அணுக்கதிர்வீச்சுத் தனிமங்கள் இரண்டு விதங்களில் கதிர்வீச்சை வெளிவிடுகின்றன. ஒன்று, பிற தாக்கங்கள் எதுவுமின்றித் தானாகவே சிதைவடைவது (NuclearDecay). மற்றது இலகுவாக அணுப்பிளவடைவது (Nuclear Fission). ஒவ்வொரு கதிர்வீச்சுத் தனிமமும் அவற்றின் தன்மைக்கேற்றவாறு, தம்மைச் சிதைத்துக் கொள்கின்றன. அப்படிச் சிதைவதால் அவை வேறொரு தனிமமாக மாறுகின்றன. சிதைவடைவதன் மூலம் அழிவுறும் அந்தத் தனிமத்தின் தன்மையை, 'அரை வாழ்வுக் காலம்' '(Nuclear halflife) என்னும் ஒரு அளவீட்டால் அளக்கிறார்கள். உதாரணமாக, ஒரு கிலோகிராம் எடையுள்ள தனிமம், தன்னைத் தானே அழித்து (சிதைவடைந்து) அரைக் கிலோகிராம் எடையுள்ளதாக மாறுவதற்கு எடுக்கும் காலத்தை, 'அரை வாழ்வுக் காலம்' என்கிறார்கள். ஒவ்வொரு தனிமத்துக்கும் 'அரை வாழ்வுக் காலம்' வேறு வேறானதாக இருக்கும். ஒரு நிமிடத்திலிருந்து ஒரு இலட்சம் வருடங்கள்வரைகூட இந்த அரை வாழ்வுக் காலம் தனிமத்துக்குத் தனிமம் மாற்றமடைந்து இருக்கும். அல்ஃபாக்கதிர், பீட்டாக்கதிர், காமாக்கதிர் என்னும் கதிர்களை இவை வெளிவிட்டு, புதிய தனிமங்களாக மாறுகின்றன.

இப்போது, ‘X’ என்னும் அணுக்கதிர்வீச்சுத் தனிமத்தை உதாரணத்திற்காக எடுத்துக்கொள்ளுங்கள். அதன் அரை வாழ்வுக் காலம், ‘ஒரு நாள்’ என்றும் வைத்துக்கொள்ளுங்கள். அதாவது ஒரு கிலோகிராம் ‘X’ தனிமம், அரை கிலோகிராமாக மாறுவதற்கு ஒரு நாளாகிறது. பின்னர் அந்த ‘X’ தனிமம், கால் கிலோகிராமாக மாற மேலுமொரு நாள் தேவை. கால் கிலோகிராம், 125 கிராமாக மாற மூன்றாவது நாள் எடுக்கும். இப்படியே அது சிதைவடைந்து கொண்டிருக்கும் என்று வைத்துக்கொள்ளுங்கள். எல்லாமே ஒரு உதாரணத்திற்காகத்தான். ஒரு கிலோகிராம் ‘X’ தனிமத்தில் ஒரு லட்சம் அணுக்கள் இருந்தன என்று ஒரு பேச்சுக்கு வைத்துக் கொள்ளலாம் (பேச்சுக்குத்தான்). அது அரை கிலோகிராமாக மாறும்போது, ஐம்பதாயிரம் அணுக்கள் அழிந்திருக்கும், ஐம்பதாயிரம் அணுக்கள் அழியாமல் இருந்திருக்கும். அடுத்த தினம் கால் கிலோகிராமாக மாறும்போது, அதில் 25,000 அணுக்கள் அழிந்துபோய், 25,000 அணுக்கள் எஞ்சியிருக்கும். இப்படியே அழிந்து கொண்டிருக்கும்போது, குறிப்பிட்ட சில அணுக்கள் ஆரம்பத்திலிருந்து இறுதிவரை அழியாமல் தப்பிக்கொண்டே இருக்கும். ஆனாலும் அவற்றின் அரை வாழ்வுக் காலமும் ஒரு நாள்தான். இருந்தாலும் பல நாட்களுக்கு அழியாமல் தப்பிக்கொள்கின்றன. சில அணுக்கள் அழிவதும் சில அணுக்கள் அழியாமல் தப்புவதற்கும் இருக்கும் வித்தியாசத்தைப் பார்த்தால், ஏதுமில்லை. ஒவ்வொரு அணுவும் அழியவும் அழியாமல் இருப்பதற்கும் ஏதோவொரு வகையில் தீர்மானிக்கின்றன. ஒரு வருடத்துக்கு அந்த X தனிமம் முழுமையாக அழியாமல், அதில் சிறிதளவு எஞ்சியிருந்தது என்றால், அந்த ஒரு வருடத்திற்கு எஞ்சியிருந்த சிறிதளவு அணுக்கள், ஒரு நாள் அரை வாழ்வுக் காலம் இருந்தும், ஒரு வருடத்துக்கு வாழ்ந்துதான் இருக்கின்றன. ஏதோ ஒரு செயற்பாட்டினால் அவை அழியாமல் அப்படியே இருந்திருக்கின்றன. அதாவது ஒரு அணுக்கதிர்த் தனிமம், கதிர்வீச்சை வெளிவிடலாம், வெளிவிடாமலும் இருக்கலாம் என்பது இதிலிருந்து புரிகிறது. இதுவே ஷ்ரோடிங்கரின் பூனைச் சிந்தனையிலும் சொல்லப்பட்ட கதிர்வீச்சுத் தனிமத்துக்கு நடைபெறலாம்.

★

பெருவெடிப்பின் பெரும் ரகசியமும் கடவுளின் துகள்களும்

"ஹிக்ஸ் போஸானைக் கண்டுபிடித்துவிட்டோம்" என்று சுவிஸ், பிரான்ஸ் நாடுகளின் எல்லையிலுள்ள 'சேர்ன்' (CERN) அமைப்பின் ஆய்வாளர்களால், 2012ம் ஆண்டு யூலை மாதம் 4ம் தேதி, உத்தியோகபூர்வமாக அறிக்கை ஒன்று வெளியிடப்பட்டது. பிரபல இயற்பியலாளரான 'ஸ்டீபன் ஹாக்கிங்' கூட நடக்காது என்று நம்பியிருந்த சம்பவத்தை, நடத்திக்காட்டியதாகச் சொல்லியது அந்த அறிக்கை. நம்பவே முடியாத சம்பவத்தின் சாட்சியாகவும், தீர்க்க முடியாத சிக்கல்களுக்குத் தீர்வாகவும், அறிவியல் உலகின் மைல்கல்லாகவும் அந்த அறிக்கை வெளியிடப்பட்டது. உலகிலுள்ள அனேகர், இதைக் கேள்விப்பட்டதும் ஆச்சரியமும், மகிழ்ச்சியும் அடைந்தார்கள். ஆனால், நம்மவர்கள் இதைப் பார்த்த விதமோ வேறாகவிருந்தது. யாருக்கு இந்தச் சம்பவத்தில் எந்தச் சம்பந்தமுமில்லையோ, அவரை முன்னிலைப்படுத்திச் செய்திகளும் தகவல்களும் நம் மக்களிடையே பரவத் தொடங்கியது. இந்தச் சம்பவத்துக்குச் சம்பந்தமேயில்லாத அவர் வேறு யாருமல்ல, 'கடவுள்.'

ஹிக்ஸ் போஸானைக் (Higgs Boson) கண்டுபிடித்த நிகழ்வில் கடவுள் எதற்கு அனாவசியமாக நுழைக்கப்பட்டார்? ஹிக்ஸ் போஸானுக்கு,

'கடவுள் துகள்' (God Particle) என்று பெயரிட்டு யாரோ ஒருவர் அழைத்ததால், ஹிக்ஸ் போஸான் கண்டுபிடிக்கப்பட்டதும், கடவுளையே கண்டுபிடித்து விட்டதாகப் பலர் பேச ஆரம்பித்தார்கள். இப்படிப்பட்ட தவறான பரப்புரைகள், நல்லதொரு அறிவியல் நிகழ்வைப் பற்றிய தெளிவான அறிவை நாம் பெற்றுக்கொள்ளத் தடையாக இருந்தன. மீடியாக்கள் முதல் சமூக வலைதளங்கள் வரை பலவிதமான விளக்கங்களும் கருத்துகளும் ஹிக்ஸ் போஸான் பற்றிச் சொல்லப்பட்டன. சரியான கருத்துகளுடன் பலவும் கருத்துகளற்றுச் சிலவும் அவற்றில் இருந்தன. ஆனாலும், பல சந்தேகங்கள் விளக்கப்படாமலே விடப்பட்டிருந்தன. அதனால், அடிப்படையிலிருந்து இதை அலசிப் பார்த்தால் என்ன என்று தோன்றியது. அதனால், இப்போது இந்தக் கட்டுரையை நீங்கள் படித்துக்கொண்டிருக்கிறீர்கள். முடிந்தவரை, ஹிக்ஸ் போஸானுடன் சம்பந்தப்பட்ட அனைத்து விளக்கங்களையும் இந்தக் கட்டுரை மூலமாக உங்களுக்குத் தருவதற்கு முயற்சிக்கிறேன்.

இன்றைக்கு சற்றேரக்குறைய 13.7 பில்லியன் ஆண்டுகளுக்கு முன்னர் மிக மிகச் சிறிய புள்ளியாகச் சுருங்கியிருந்த 'ஏதோ ஒன்று', தவிர்க்க முடியாத ஒரு கணத்தில், மிகப் பிரம்மாண்டமாய் வெடித்து விரிந்தது. வெடித்து விரிந்தது என்றால், உங்களால் கற்பனையே செய்ய முடியாத மாபெரும் வெடிப்பு அது. அந்தப் பெருவெடிப்பை 'பிக் பாங்' (Big Bang) என்கிறோம். அதைப் பெருவெடிப்பு என்று சொல்வதற்குப் பதில் 'பெருவிரிவு' என்று சொல்லலாம். அந்தப் பெருவிரிவில் உருவான சக்தியின் பேராற்றல், வெளிச்சப் பிழம்பாய் அனைத்துத் திசைகளிலும் சிதறிப் பரவியது. ஒரு அணுகுண்டு வெடித்தால், அதன் ஆற்றல் அனைத்துத் திசைகளிலும் எப்படி விரிவடையுமோ, அதுபோல அண்டமும் விரிவடையத் தொடங்கியது. 13.7 பில்லியன் ஆண்டுகளுக்கு முன்னர் விரிவடையத் தொடங்கிய அண்டம், இன்றும் இதை நீங்கள் படித்துக்கொண்டிருக்கும் இந்தக் கணத்திலும் விரிவடைந்துகொண்டே இருக்கிறது. பல பில்லியன் வருடங்களாக மேலும் தொடர்ந்து அது விரிவடைகிறது என்றால், அந்த ஆரம்பப் பெருவெடிப்பு எவ்வளவு வீரியமானது என்பதை நீங்களே கற்பனை செய்து பாருங்கள்.

'அண்டம் இப்போதும் விரிவடைகிறது என்று எப்படித் தெரியும்?' என்ற கேள்வி தற்சமயம் நம் மனதில் மெல்லத் தோன்றும் அல்லவா? பூமியிலிருந்து நவீனத் தொலைநோக்கிக் கருவிகள்மூலம், அண்டத்தின் எல்லைவரை பார்க்கும்போது, அங்கேயுள்ள உடுத்திரள்கள் (Galaxy) நம்மைவிட்டு விலகிச் செல்வதை அவதானிக்க முடிகிறது. பலூன் ஒன்றின் மேற்பரப்பில் பேனா ஒன்றினால், சுற்றிவரப் புள்ளிகளையிட்டுப் பின்னர் அந்தப் பலூனைப் படிப்படியாகப் பெரிதாக ஊதும்போது, அதிலுள்ள புள்ளிகள் எப்படி ஒன்றை ஒன்று விட்டு விலகிச் செல்லுமோ, அப்படி அண்டத்தின் எல்லைகளில் இருக்கும் உடுத்திரள்களும் விலகிச் செல்கின்றன. மிகத் தொலைவில் இருக்கும் உடுத்திரள்கள் விலகிச் செல்வதை 'ரெட் ஷிஃப்ட்' (redshift) என்னும் 'செந்நிற ஒளி விலகல்' முறையால் கணித்திருக்கிறார்கள். வெகுதூரத்திலிருக்கும் ஒரு பொருளின் ஒளியானது நம் கண்ணை வந்து அடையும்போது, அது நிறப்பிரிகையடைகிறது. அந்தப் பொருள் நம்மை விட்டு விலகிச் செல்லும்போது சிவப்பு நிற ஒளியையும், நம்மை நோக்கி வரும்போது நீல ஒளியையும் வெளிவிடுவதுபோல இருக்கும். இதையே 'ரெட் ஷிஃப்ட்' என்பார்கள்.

13.7 பில்லியன் ஆண்டுகளாக அந்த ஆரம்பப் பெருவிரிவின் ஆற்றல், அண்டத்தை மேலும் விரிவடைய வைத்துக்கொண்டு இருக்கிறது என்று சொல்லும்போது, 13.7 பில்லியன் ஆண்டுகள் என்பதை, ஒரு மனிதனாய் உங்களால் கற்பனைசெய்து பார்க்கவே முடியாது. இலக்கங்களாக எழுதினாலும் அதன் தாக்கம் புரியாது. அதனால், ஒரு உதாரணத்தின் மூலம் சுலபமாகப் புரியவைத்தார்கள் விஞ்ஞானிகள். இப்போது நானும் உங்களுக்குப் அதைப் புரியவைக்க முயற்சிக்கிறேன்.

ஒரு பேச்சுக்கு, 13.7 பில்லியன் ஆண்டுகளை, ஒரு ஆண்டுக்குச் சமம் என்று கற்பனையாக எடுத்துக்கொள்ளுங்கள். இந்தக் கட்டுரையை நீங்கள் 2020ம் ஆண்டு ஜனவரி மாதம் 10ம் தேதி படித்துக்கொண்டிருக்கிறீர்கள் என்று வைத்துக்கொள்ளுங்கள். அதாவது, சரியாக ஒரு ஆண்டுக்கு முன்னர், 2019ம் ஆண்டு ஜனவரி மாதம் 10ம் தேதி, 'பிக் பாங்' என்னும் அந்தப் பெருவெடிப்பு நடந்திருக்கும். நமது சூரியன் 2019ம் ஆண்டு ஜூன் மாதம் 10ம்

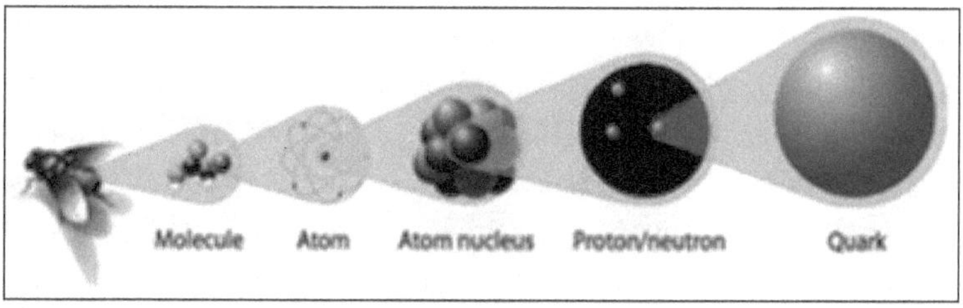

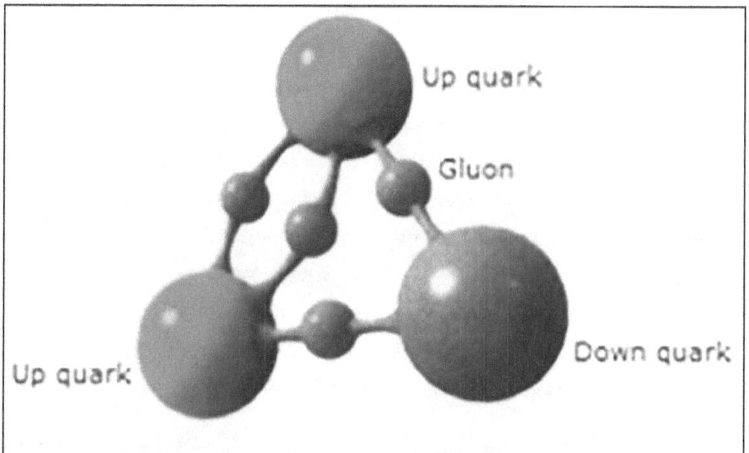

Gluons holding quarks together to form a proton

தேதியில்தான் உருவாகியிருக்கும். பூமியில் உயிரினம் தோன்றியது இன்று காலைதான்.

அதாவது 2020ம் ஆண்டு ஜனவரி மாதம் 10ம் தேதி காலை 7 மணிக்கு. இன்று காலை 11 மணிக்கு மனிதன் பூமியில் தோன்றினான். இரண்டு நொடிகளுக்குச் சற்று முன்னர் மோசேயுடன் கடவுள் பேசினார். ஒரு நொடிக்கு முன்னர் இயேசு பிறந்தார். இப்போது நான் சொன்ன இந்தக் கால அளவீடுகளை நீங்கள் புரிந்துகொண்டிருப்பீர்கள் என்று நம்புகிறேன். இதையும் கொஞ்சம் சிந்தித்துப் பாருங்கள்! ஒரு ஆண்டுக்கு முன்னர் பெருவிரிவில் அண்டம் தோன்றியதென்று வைத்துக்கொண்டால், கடவுள் மனிதனுடன் தொடர்புகொண்டது இரண்டு நொடிகளுக்கு முன்னர்தான். அதாவது, 13.7 பில்லியன்

ஆண்டுகளுக்கு முன்னர் தோன்றிய அண்டத்தில், சில ஆயிரம் ஆண்டுகளுக்கு முன்னர்தான் கடவுள் மனிதனுடன் பேசியிருக்கிறார். எவ்வளவு பெரிய இடைவெளியென்று யோசித்துப் பாருங்கள். அதுமட்டுமில்லாமல், பேரண்டம் ஒரு புள்ளியாகச் சுருங்கி இருந்தபோதும், அதற்கு முன்னரும் கடவுள் எங்கிருந்தார்? என்ன செய்துகொண்டிருந்தார்? என்ற கேள்விகளும் அறிவியலில் கேட்கப்படுகின்றன.

"இது என்ன முட்டாள்தனமான கேள்விகள். கடவுள் எங்கிருந்தார்? என்ன செய்துகொண்டிருந்தார்? என்று கேட்பது எவ்வளவு பைத்தியக்காரத்தனம். கடவுள் எங்கும் இருப்பவரல்லவா?" என்றுதான் நாம் சிந்திப்போம். ஆனால், அண்டம் புள்ளியாக ஒடுங்கி இருந்த நிலையில் அந்த 'எங்கும்' என்ற சொல்லுக்கே அங்கு அர்த்தம் கிடையாது என்கிறது அறிவியல். இடம், காலம், தூரம், வேகம், வெளிச்சம் என எதுவுமேயில்லாத சூனிய நிலை அது. அங்கு 'எங்கும்' என்பதுமில்லை, 'எதுவும்' என்பதுமில்லை. இதைச் சரியாக நாம் புரிந்துகொண்டால்தான், மிக முக்கியமான மேலேயுள்ள கேள்விகளைப் புரிந்துகொள்ள முடியும்.

'அண்டம்' (Universe) என்பது நம்மால் கற்பனையே பண்ண முடியாத அளவு பெரியது. பேரண்டத்தின் பருமன் முடிவில்லாதது. மனிதனால் அவதானிக்கக் கூடிய அண்டமே, 94 பில்லியன் 'ஒளியாண்டுகள்' பருமன் இருக்குமென இதுவரை கணிக்கப்பட்டிருக்கிறது. பூமியிலுள்ள இரண்டு இடங்களுக்கு இடையில் இருக்கும் தூரத்தை நம்மால் அளந்து சொல்ல முடிகிறது. நாம் நடப்பதாக இருந்தாலும், பயணம் செய்வதாக இருந்தாலும் இந்த இடைத் தூரத்தினூடாகத்தான் இயங்க முடியும். உங்கள் காலைத் தூக்கி ஒரு அடி எடுத்து வைக்கும் இடமாவது இருந்தால் மட்டுமே, உங்களால் அந்த ஒரு அடி தூரத்தைக் கூடக் கடக்க முடியும். இந்த இடைவெளி, அதாவது இடையில் இருக்கும் வெளி, பூமியில் இருந்தால் அதைத் 'தூரம்' என்கிறோம். அதுவே பூமிக்கு வெளியே இருந்தால் 'வெளி' (Space) என்கிறோம். இப்போது கற்பனையாக, நாம் நிற்கும் பூமி படிப்படியாகச் சுருங்கி ஒரு புள்ளியாகிவிடுகிறது என்று வைத்துக்கொள்ளுங்கள். அந்தப் புள்ளியிலேயே நிற்கும்

நீங்கள் எங்கு எப்படி நகர முடியும்? நீங்கள் நகர்வதற்கு இடம் என்பதே இல்லாமல் போய்விடுமல்லவா? பூமி சுருங்கியதுபோல, ஒட்டுமொத்தப் பேரண்டமே படிப்படியாகச் சுருங்குகிறது என்று வைத்துக்கொள்ளுங்கள். பேரண்டம் மொத்தமாகச் சுருங்கி ஒரு புள்ளியாகிறது. ஆனால், நீங்கள் மட்டும் முழுமையாக இருக்கிறீர்கள். அப்படியாயின் நீங்கள் நடப்பதற்கோ, நகர்வதற்கோ, அங்கு இடமே (வெளி) இல்லாமல் போய்விடுமல்லவா?

அங்கு இருப்பது நீங்களும், ஒன்றுமே இல்லாத வெறும் சூனியமும்தான். உங்களால் எங்கும் நடக்க முடியாது, நடப்பதற்கு இடமில்லை. பார்க்க முடியாது, பார்ப்பதற்குப் பொருளில்லை, ஒளியுமில்லை. பேச முடியாது, பேச்சைக் கடத்தும் சாதனம் எதுவும் இல்லை. எதையும் சிந்திக்கவும் முடியாது, சிந்திப்பதற்கு எதுவும் கிடையாது. காரணம், சிந்தனை என்பதே நம்மைச் சுற்றியுள்ள பொருட்கள், சம்பவங்கள் சார்ந்ததுதானே! அவை எதுவுமே இல்லையென்றால், சிந்தனைக்கும் இடமில்லை. கீழ், மேல், இடம், வலம் என்ற திசைகள் கூட இல்லை. அப்படிப்பட்ட நிலையில் நீங்கள் அங்கு என்ன செய்வீர்கள்? அப்படியே உங்களைக் கோடி ஆண்டுகள் விட்டுவிட்டால் என்ன செய்வீர்கள்?

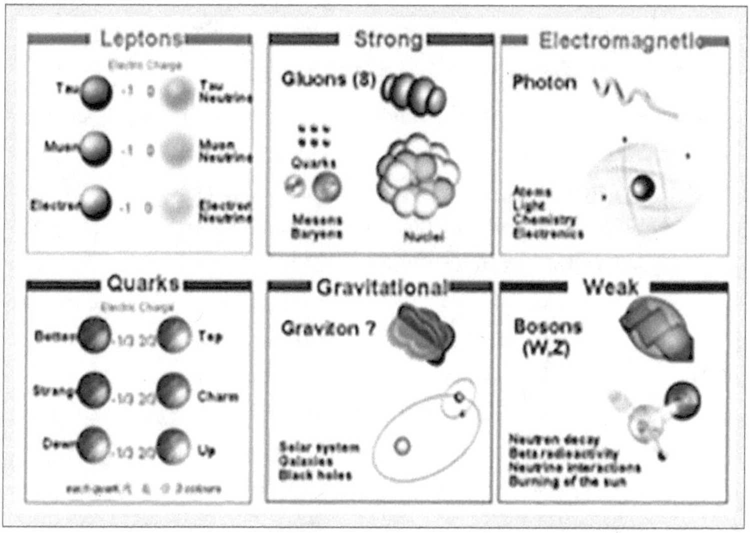

அண்டம் தோன்றுவதற்கு முன்னர், அது ஒரு புள்ளியாக ஒடுங்கி, இருந்ததல்லவா? கடவுள் எப்போதும் உள்ளவரென்றால், அண்ட வெடிப்பிற்கு முன்னர் எங்கிருந்தார்? என்ன செய்தார்? என்ற கேள்விகள் எழுவதில் நியாயம் இருக்கிறதல்லவா? அறிவியலுடன், இறையியல் மோதும் முக்கிய இடமாக இது இருக்கிறது. இங்கு கடவுளுக்கான ஒரு விளக்கத்தைக் கொடுக்க வேண்டிய சூழ்நிலையும் உருவாகிறது.

இந்தச் சமயத்தில்தான், அதாவது, 1964ம் ஆண்டில் இங்கிலாந்தைச் சேர்ந்த ‘பீட்டர் ஹிக்ஸ்’ (Peter Higgs) என்னும் இயற்பியல் ஆராய்ச்சியாளரின் ஆய்வு ஒன்று வெளியிடப்பட்டது. ‘ஹிக்ஸ் மெக்கானிசம்’ (Higgsmechanism) என்னும் பெயரில் அந்த ஆய்வு வெளியிடப்பட்டது. அணுவுக்குள் உள்ள நுண் அணுத்துகள்கள் பற்றிய ஆராய்ச்சியின் மிகமுக்கிய ஆய்வாக அது இருந்தது. அந்த ஆய்வின்படி, பெருவெடிப்பின்போது அண்ட உருவாக்கத்துக்குக் காரணமாக ஒரு முக்கிய துகள் இருந்திருக்க வேண்டும் என்று சொல்லப்பட்டது. அத்துடன், அந்தத் துகள் அண்டம் முழுவதும் பரவியிருப்பதாகவும் சொல்லப்பட்டது. அந்தத் துகளின் பெயர்தான் ‘ஹிக்ஸ் துகள்’ (Higgs Particle) ஆகும். பெருவெடிப்பின்போது, அண்டம் எங்கும் ஹிக்ஸ் துகள்கள் பரவி, ‘ஹிக்ஸ் ஃபீல்ட்’ (Higgs Field) என்னும் ஒரு பெருவெளி உருவாகியிருக்கிறது என்று பீட்டர் ஹிக்ஸின் ஆராய்ச்சி முடிவு சொன்னது.

இவை எல்லாமே சாத்தியமான ஒன்றுதான் என்ற வகையில் சொல்லப்பட்டதேயல்லாமல், யாராலும் அப்படியொரு துகள் இருக்கிறது என்று ஆதாரத்துடன் காட்ட முடியவில்லை. ‘பீட்டர் ஹிக்ஸ்’ இந்த அறிக்கையை வெளியிட்டதன் பின்னர், ஹிக்ஸ் துகள் இருக்கிறது என்று கற்பனையாக எடுத்துக்கொண்டு, அதுவரை தீர்க்க முடியாத பல இயற்பியல், கணிதச் சமன்பாடுகளையெல்லாம் சுலபமாகத் தீர்க்க முடிந்தது. உதாரணமாக, ஹிக்ஸ் துகள்களின் ஆற்றலுக்குக் கணிதச் சமன்பாடுகளில் பயன்படுத்துவதுபோல, 'X' என்பதைக் கொடுத்துச் சமன்பாடுகளைப் பார்த்தபோது, அனைத்தும் சுலபமாகத் தீர்வுக்கு வந்தன. ஆனால் இவையெல்லாம் ஹிக்ஸ் துகள்கள் இருக்கலாம் என்னும் பீட்டர் ஹிக்ஸின் தத்துவப்படி நடந்ததேயல்லாமல், அது இருக்கிறது என்று நிரூபிக்க முடியவில்லை.

இருந்த சூழ்நிலைகளைப் பொறுத்தவரை அப்படியொரு துகள் இருக்கிறதென்றே அனைத்து ஆய்வாளர்களும் நம்பினர். ஆனால், நிரூபிக்காத எதுவும் அறிவியலில் முழுமையாக ஏற்றுக் கொள்ளப்படுவதில்லை. அன்றிலிருந்து இந்த ஹிக்ஸ் துகளைத் தேடுவதே ஆராய்ச்சியாளர்களின் நோக்கமாகவும் ஆயிற்று. இந்த ஹிக்ஸ் துகளைக் கண்டுபிடித்துவிட்டால், அண்டத்தின் ஆரம்ப வெடிப்பின் ரகசியம் முழுமையாகத் தெரிந்துவிடும் என்றும் ஆய்வாளர்கள் நம்பினர்.

'லியோன் லேடர்மான்' (Leon Lederman) என்னும் இயற்பியலாளர், அண்டத்தின் தோற்றத்துக்கும் அதைத் தொடர்ந்து உருவான 'ஹிக்ஸ் ஃபீல்ட்க்கும்' காரணமாக இருந்த ஹிக்ஸ் துகள்கள் பற்றிய விபரங்களை உள்ளடக்கி, ஒரு அறிவியல் நூலை எழுதினார். அந்த நூலின் பெயர் *The God Particle "If the Universe Is the answer, WhatIs the Question?"* என்பதாகும்.

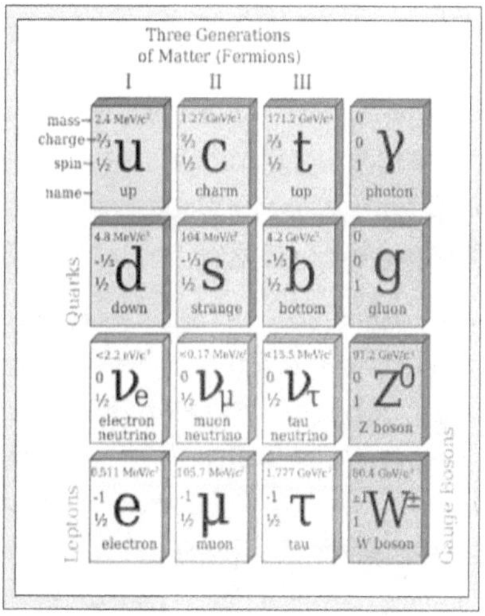

இந்தப் புத்தகத்தில்தான் முதன்முதலாக ஹிக்ஸ் துகள்களுக்குக் 'கடவுள் துகள்கள்' என்ற பெயர் கொடுக்கப்பட்டிருந்தது. இந்தப் புத்தகம் வெளிவந்தது முதல் ஹிக்ஸ் துகள்களைக் 'கடவுள் துகள்கள்' *(God Particles)* என்று அனைவரும் அழைக்கத் தொடங்கினார்கள். கடவுளின் பெயர் இந்த இடத்தில்தான் வந்து நுழைந்தது. இது தவிர்த்து கடவுளுக்கும் அந்தத் துகளுக்கும் எந்தச் சம்பந்தமும் கிடையாது.

இயற்பியலில் இரண்டு விசயங்களைப் பற்றி நாம் நிச்சயம் தெரிந்திருக்க வேண்டும். அவை இரண்டுமே அண்டம் முழுவதும் பரவியிருக்கும் அனைத்துக்கும் அடிப்படையானவை. அதில் ஒன்று 'அடிப்படை நுண் துகள்கள்' *(FundamentalParticles)*, மற்றது விசைகள்

(Forces). இவை இரண்டும்தான் இந்த அண்டத்தையே ஆட்டிப் படைத்துக் கொண்டிருப்பவை. இவை இரண்டைப் பற்றியும் விரிவாகத் தெரிந்துகொண்டால் மட்டுமே நமக்கு ஹிக்ஸ் துகள்கள் பற்றிப் புரிவதற்கான அடிப்படையறிவு கிடைக்கும். இனி நீங்கள் படிக்கப்போவதெல்லாம் இயற்பியலில் சிக்கல் வாய்ந்த பெயர்களாக இருக்கும். படிக்கும்போது பயந்துவிடாமல் தொடர்ந்து படியுங்கள்.

உலகிலுள்ள அனைத்துப் பொருட்களையும் எடுத்துக் கொண்டீர்களானால், அவை மூலக்கூறுகளால் (Molecule) ஆனவையாக இருக்கும். இந்த மூலக்கூறுகள், அணுக்களால் (Atom) உருவாக்கப்பட்டிருக்கும். அணுக்கள், எலெக்ட்ரான் (Electron) மற்றும் அணுக்கருவால் (Nucleus) உருவானவை. அணுக்கரு, புரோட்டான் (Proton), நியூட்ரான் (Neutron) ஆகியவற்றால் உருவானது. புரோட்டானும், நியூட்ரானும், 'குவார்க்' (Quark) என்பதால் உருவானவை என்று நவீன இயற்பியல் கண்டுபிடித்திருக்கிறது.

அதாவது, நூறு ஆண்டுகளுக்கு முன்னர் ஒரு பொருளைப் பிரித்து வரும் மிகச் சிறிய பகுதியை, அணு (Atom) என்று சொன்னார்கள். அந்த அணுவைப் பிரிக்கவே முடியாது என்று நினைத்தார்கள். அந்த அணுவும் பிளக்கப்பட்டது. அணுவைப் பிளந்து பார்த்தால், அதனுள் புரோட்டான், நியூட்ரான் என்பவை இருப்பது உறுதியாயிற்று, அதன் பின்னர், அந்தப் புரோட்டானையும் நியூட்ரானையும் கூடப் பிளந்து, அவை இரண்டுமே குவார்க் என்னும் ஒரு நுண்துகளால் உருவாக்கப்பட்டிருக்கிறது என்று கண்டுபிடித்திருக்கிறார்கள். நாளைய நம் சந்ததியினர் இந்தக் குவார்க்கையும் பிளந்து அதனுள் என்ன இருக்கிறது என்று கண்டுபிடிக்கலாம்.

இயற்பியலில் குவார்க் போன்றவற்றை நுண் அணுத்துகள்கள் (SubatomicParticles) என்று அழைக்கிறோம். தற்சமயம் அறியப்பட்ட வரையில் பிரிக்க முடியாத மிகச் சிறிய பகுதிகளாக இந்த நுண்ணணுத் துகள்கள் இருக்கின்றன. எலெக்ட்ரானும் ஒரு நூண்ணணுத் துகளாகவே கருதப்படுகிறது. புரோட்டோனையும் நியூட்ரானையும் எடுத்துக் கொண்டால், அதில் புரோட்டான் '+' மின்னேற்றத்தையும் (Positive Electric charge), நியூட்ரான் ஏற்றம் இல்லாமலும் இருக்கின்றன. ஆனால், இவை இரண்டுமே ஒரே விதமான குவார்க்குகளினால்

உருவானவை. எனவே, இவற்றில் ஒன்றுக்கு மின்னேற்றமும், மற்றதற்கு அது இல்லாமலும் இருப்பது ஆச்சரியத்தைத் தந்தது. இரண்டுக்கும் என்ன வித்தியாசம் இருக்கலாம் என்று பார்த்தபோது, குவார்க்குகளிலேயே மொத்தமாக 6 வகைக் குவார்க்குகள் இருப்பது கண்டுபிடிக்கப்பட்டது. அவற்றில், இரண்டு வகைக் குவார்க்குகள் புரோட்டானிலும், நியூட்ரானிலும் இருப்பது தெரிந்தது. இவை அமைந்திருக்கும் விதம்தான் புரோட்டானுக்கும் நியூட்ரானுக்கும் வித்தியாசத்தைக் கொடுக்கின்றன.

குவார்க்குள், மேல்க் குவார்க் *(up quark)*, கீழ்க் குவார்க் *(down quark)*, அழகிய குவார்க் *(charm quark)*, விந்தைக் குவார்க் *(strange quark)*, உச்சக் குவார்க் *(topquark)*, அடிக் குவார்க் *(bottom quark)* என்னும் ஆறு வகையாக இருக்கின்றன. இதில் மேல் குவார்க்குகளும், கீழ்க் குவார்க்குகளும், மூன்று மூன்றாகப் புரோட்டானிலும் நியூட்ரானிலும் இருக்கின்றன. புரோட்டானில் இரண்டு மேல் குவார்க்குகளும், ஒரு கீழ்க் குவார்க்கும் உண்டு. அதுபோல, நியூட்ரானில் இரண்டு கீழ் குவார்க்குகளும், ஒரு மேல் குவார்க்கும் உண்டு. புரோட்டான், நியூட்ரான் இரண்டுக்கும் இடையேயுள்ள வித்தியாசம் இதுவே. புரோட்டானுக்குள்ளும் நியூட்ரானுக்குள்ளும் இருக்கும் மூன்று குவார்க்குகளை ஒன்றுடன் ஒன்று பிரிக்க முடியாதபடி இணைக்கப்பட்டிருக்கின்றன. அதுபோலவே, அணுக்கருவுக்குள் இருக்கும் புரோட்டானும் நியூட்ரானும் ஒன்றுடன் ஒன்று பிரிக்க முடியாமல் இணைக்கப்பட்டிருக்கின்றன. இவற்றைப் பிரிக்க முடியாமல் ஒட்டவைத்திருக்கும் விசை எதுவாக இருக்குமென்று ஆய்வாளர்கள் ஆராய்ந்ததில், ஒரேவிதமான விசைதான் இதற்குக் காரணமானது என்று கண்டுகொண்டார்கள். அப்படி ஒட்ட

வைத்திருப்பதும் அணுவின் ஒருவித நுண்துகள்தான் என்ற முடிவுக்கு வந்தனர். அந்தத் துகளுக்குக் 'குளுவான்' (Gluon) என்று பெயரிட்டார்கள். இரண்டு குவார்க்குகளை இணைப்பது ஒரு விசைதான் என்று நினைத்தபோது, அந்த விசையைக் கடத்துவது குளுவான் என்னும் நுண்துகள்தான் என்பது தெரிந்தது.

இந்தச் சமயத்தில், ஐன்ஸ்டைனும் (Einstein), இந்திய ஆய்வாளரான சத்தியேந்திரநாத் போஸும் (Satyendranath Bose) சேர்ந்து, Bose-Einsteinstatisticsa என்னும் இயற்பியல் ஆய்வொன்றைச் சமர்ப்பித்தார்கள். அந்த ஆய்வின்படி, உலகிலுள்ள அனைத்து ஈர்ப்பு விசைகளும், துகள்களாலேயே கடத்தப்படுகின்றன என்னும் முடிவுக்கு இருவரும் வந்தார்கள். உதாரணமாகப் புவியீர்ப்பு (Gravity) என்பது ஒரு ஈர்ப்பு விசை. இந்த விசை, நம்மைப் பூமியின்பால் ஈர்க்கிறது. அதுமட்டுமில்லாமல் சூரியனின் ஈர்ப்பு விசையால் பூமி ஈர்க்கப்படுகிறது. சந்திரன் பூமியால் ஈர்க்கப்படுகிறது. அப்படிப் பார்த்தால் சந்திரனுக்கும் பூமிக்கும் இடையில் உள்ள தூரங்கள் முழுவதும் அந்த ஈர்ப்புவிசை பரவியிருக்க வேண்டும். காற்றுள்ள வெளியானாலும், காற்றில்லா வெளியானாலும் அந்த விசை தொடர்ந்து இருக்க வேண்டும். 'கிராவிட்டான்' (Graviton) என்னும் நுண்துகள்கள் சந்திரனுக்கும் பூமிக்கும் இடையில் ஒரு வெளிபோன்று (field) பரவி, இரண்டினதும் ஈர்ப்பு விசைகளைக் கடத்தியபடி, இணைத்து வைத்திருக்கிறது என்னும் கோட்பாடு உருவாகியது.

துரதிர்ஷ்டவசமாக கிராவிட்டான் பற்றிய முழுமையான தகவல்கள் இன்னமும் நமக்குக் கிடைக்கவில்லை. இது போலவே, போட்டான் (Photon), Z, -W, +W என்னும் துகள்களும் விசைகளைக் கடத்துகின்றன என்று கண்டுபிடித்தார்கள். அதனால், விசைகளைக் கடத்தும் இந்த நுண்துகள்களைப் 'போசான்கள்' (Bosons) என்னும் பகுதியாகப் பிரித்து வைத்தார்கள். 'போஸான்' என்னும் பெயர், இந்திய விஞ்ஞானியின் ஞாபகமாகச் சூட்டப்பட்டது.

நுண்ணணுத் துகள்களுக்கு நிறை, மின்னேற்றம், இட / வலச் சுழற்சி போன்ற தன்மைகள் காணப்படுகின்றன. '-', '+', '0' என்பன மின்னேற்றமாகத் துகள்களுக்கு இருந்தன. துகள்களின் ஆற்றலாக,

'மெகா எலெக்ட்ரான் வோல்ட்' (*MegaelectronVolt-MeV*) என்னும் அளவீடு பயன்படுத்தப்பட்டது. இந்த ஆற்றலை அடிப்படையாகக் கொண்டு பலவித நுண்ணணுத் துகள்கள் கண்டுபிடிக்கப்பட்டன. எலெக்ட்ரானின் சாயல்கள் கொண்ட துகள்களாகப் அவற்றில் பல காணப்பட்டன. அவற்றிற்கு, 'லெப்டான்கள்' (*Leptons*) எனப் பெயரிட்டுப் பிரித்தார்கள். ஆறு விதமான லெப்டான்கள் பிரதானமாகக் கண்டுபிடிக்கப்பட்டன. எலெக்ட்ரான் (*Electron*), மியூவான் (*Muon*), டாவ் (*Tau*), எலெக்ட்ரான் நியூட்ரீனோ (*Electron Nuetrino*), மியூவான் நியூட்ரீனோ (*Muon Nuetrino*), டாவ் நியூட்ரீனோ (*TauNuetrino*) என்பன லெப்டான்களாகும். கண்டுபிடிக்கப்பட்ட ஆறு குவார்க்குகளையும், ஆறு லெப்டான்களையும் நான்கு போஸான்களையும் சேர்த்து ஒரு அடிப்படை அட்டவணையாக உருவாக்கினார்கள். அந்த அட்டவணைக்கு 'ஸ்டாண்டார்ட் மாடல்' (*Standard Model*) என்று பெயரிட்டனர்.

ஸ்டாண்டர்ட் மாடல் அட்டவணையைத் தயாரித்தவுடன் பிரச்சினை தீர்ந்துவிடவில்லை. கண்டுபிடிக்கப்படாமல் பல நுண்துகள்கள் இருக்கின்றன என்பது தெரிந்தது. அணுக்கருவின் எடையை அளக்கும்போது, அதன் எடையும், இவையே அணுக்கருவுக்குள் இருக்கின்றன என்று நாம் கண்டுகொண்ட நுண்துகள்களின் எடைகளைக் கூட்டிப் பார்த்து வரும் எடையும் எப்போதும் வித்தியாசமாகவே இருந்தது. அணுக்கருவின் எடை மிகவும் அதிகமாகக் காணப்பட்டது. வித்தியாசப்படும் எடையானது, மெகா எலெக்ட்ரான் வோட் இல்லாமல், கிகா எலெக்ட்ரான் வோல்ட்டுகள் (*GeV*) என்னும் பெரிய அளவில் இருந்தது. குறிப்பாக, நூற்றுக்கும் அதிகமான *GeV* எடை வித்தியாசப்பட்டது. இந்த எடை வித்தியாசம் ஏன் வருகிறதென்றே தெரியவில்லை. அப்போதுதான் இங்கிலாந்து நாட்டைச் சேர்ந்த 'பீட்டர் ஹிக்ஸ்' என்பவர் 'ஹிக்ஸ் மெக்கானிசம்' என்னும் ஆய்வை வெளியிட்டார்.

அந்த ஆய்வின்படி ஈர்ப்பு விசைகளைக் கடத்திக்கொண்டுசெல்லும் போஸான்கள் போல, நுண்துகள்களுக்கான எடையைக் கடத்திக் கொண்டு செல்லும் விசேசமான துகளும் இருக்கிறது என்றார். அந்தத் துகள்களே, 'ஹிக்ஸ் துகள்'. துகள்கள் விசையைக் கடத்துவது

போல, எடையையும் கடத்துவதால் ஹிக்ஸ் துகள்களும் ஒருவகை போஸான்கள் என்ற முடிவுக்கு வந்தனர். அதனால், 'ஹிக்ஸ் போஸான்' (HiggsBoson) என்றும் அது அழைக்கப்பட்டது. ஹிக்ஸ் போஸான் எப்படி இயங்குகிறது என்பதை ஹிக்ஸ் இப்படித்தான் விளக்கினார்.

பெருவெடிப்பின்போது நான்கு விசைகளும் ஒன்றாக இருந்தன. ஒரு குறித்த கணத்தில் ஈர்ப்புவிசையும், திட அணுவிசையும் அவற்றிலிருந்து விலகின. அதனால் உருவான உந்துதலால் அங்கே ஒரு பிரம்மாண்டமான வெடிப்பு ஏற்பட்டது. அப்போது, ஈர்ப்பு விசையிலிருந்தும் திட அணுவிசையிலிருந்தும் ஆறுவகைக் குவார்க்குகள் உருவாகின. பின்னர் மின்காந்தவிசையும், திடமற்ற அணுவிசையும் பிரிந்தன. அவற்றிலிருந்து ஆறுவகை லெப்டான்கள் உருவாகின. தொடர்ச்சியாக நடந்த தாக்கங்களினால் ஹிக்ஸ் போஸான்கள் உருவாகி, அவை பரவி ஹிக்ஸ் ஃபீல்டை உருவாக்கின. இந்த ஹிக்ஸ் போஸான்கள் எடை கொண்டவை. ஆற்றிலிருக்கும் சேற்று மண் போன்றவை. அதனூடாக நடப்பவர்களின் கால்களில் ஒட்டிக்கொள்ளும் சேற்று மண்போல, கால்களுக்கு எடை கொடுப்பவை. பெருவெடிப்பினாலும், அதன் பின்னர் நடைபெற்ற தாக்கத்தினாலும் உருவான நுண்துகள்கள் அனைத்தும் ஹிக்ஸ்

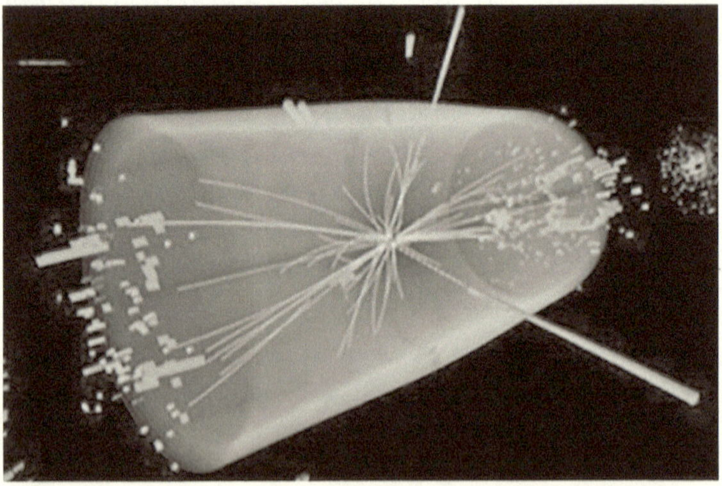

ஃபீல்டினூடாகச் செல்லும்போது அந்தத் துகள்களுடன் ஹிக்ஸ் போஸான்களும் ஒட்டிக்கொள்ள, அந்தத் துகள்கள் ஒவ்வொன்றும் எடைகளைப் பெற்றன. உடையை அணிந்து கொண்டு ஆற்றின் குறுக்கே நாம் நடந்து கடந்துவிட்டு, நம் ஆடையைப் பார்த்தால் ஆடை முழுவதும் நனைந்திருக்குமல்லவா? ஆனால் மொத்தமாக நனைந்த உடையைப் பற்றிச் சிந்தித்துப் பார்த்தால், அந்த உடையில் தனித்தனியாக நீரின் மூலக்கூறுகளாக H2O ஒட்டியபடி இருக்குமல்லவா. இது போலத்தான் ஹிக்ஸ் போஸானும். ஆற்றில் H2O மூலக்கூறுகள் இருப்பதுபோல ஹிக்ஸ் ஃபீல்டில், ஹிக்ஸ் போஸானும் இருக்கும். அதனூடே துகள்கள் சென்றால், நீர் ஆடையில் ஒட்டிக்கொள்வதுபோல ஒட்டிக்கொள்ளும். நனைந்த பின்னர் ஆடை எடை அதிகமாக இருப்பது போல, ஹிக்ஸ் ஃபீல்டினூடாகச் சென்ற துகள்களையெல்லாம் சேர்த்து அளக்கும்போது எடை அதிகமாக இருக்கும். நீர் கண்ணுக்குத் தெரியும். ஹிக்ஸ் போஸான் கண்ணுக்கும் தெரியாது, கண்டுபிடிக்கவும் முடியாது. ஆனாலும் அதைக் கண்டுபிடித்தே தீர்வது என்று ஆய்வாளர்கள் முடிவு செய்தார்கள். இதுபோன்ற நுண்துகள்களைக் கண்டுபிடிப்பதற்கென ஒரு கருவியை உருவாக்கி அதன்மூலம் கண்டுபிடிப்பதற்கு முடிவும் செய்தனர். அப்படி உருவாக்கப்பட்ட கருவியின் பெயர்தான் 'ஹாட்ரோன் மோதி' *(Hadron Collider)* என்பதாகும்.

ஐரோப்பிய ஒன்றியத்தைச் சேர்ந்த இருபது நாடுகள் இணைந்து, ஜெனீவாவில் அணு ஆராய்ச்சிக்கென அமைத்த ஒரு அமைப்புதான் 'சேர்ன்' *(CERN)*. பிரெஞ்சு மொழியில், *Conseil Europeen pour la Recherche Nucleaire'* என்பதுதான் 'CERN' என்பதன் விரிவு. அதாவது ஆங்கிலத்தில் *European Organization for Nuclear Research*. இந்த அமைப்பினூடாகச் சுவிஸுக்கும் பிரான்ஸுக்கும் உள்ள எல்லையில், 27 கிலோமீட்டர்கள் விட்டமுள்ள வட்டப்பாதையில், நூறு மீட்டர் நிலத்துக்குக் கீழே, லிபிசி என்று அழைக்கப்படும் *Large Hadron Collider'* என்னும் மாபெரும் கருவி உருவாக்கப்பட்டிருக்கிறது. 9 மீட்டர் நீளமான, பிரம்மாண்டமான குழாய் போன்ற அமைப்புள்ள 1200 காந்தங்கள் இந்த வட்ட வடிவப் பாதையில் நிறுவப்பட்டது. அந்தக் காந்தக் குழாயின் நடுவே அமைந்த 6 சென்டிமீட்டர் அகலமான மிகச் சிறிய குழாயினூடாக இரண்டு புறமும்

புரோட்டான்களைச் செறிவாக்கி ஒளியின் வேகத்தின் 99.9999991 வீத வேகத்தில் மோதும் வகையில் சுற்றவிடுவார்கள். இப்படி அனுப்பப்படும் புரோட்டான்கள், ஹாட்ரான்கள் (Hadron) எனப்படும். அமைக்கப்பட்ட காந்தக் குழாய்களினால் முடுக்கிவிடப்படும் புரோட்டான்கள் அதியுயர் வேகத்துடன் ஒன்றுடன் ஒன்று மோதும். ஏதோ ஒரு நிலையில் அந்த மோதலின்போது ஹிக்ஸ் போஸான்கள் வெளிவரும் சாத்தியங்கள் உருவாகும், அப்படி உருவாகும் ஹிக்ஸ் போஸான்கள், பெரிதாகச் சக்தியை வெளிப்படுத்தி, வேறுபல துகள்களாகச் சிதைவடையும். அப்படி மோதும்போது ஏற்படுபவை பலவிதமாகப் பதிவுசெய்யப்பட்டு அவதானிக்கப்படும். சேர்னில் பல தடவை இந்தப் பரிசோதனைகள் செய்யப்பட்டன. எதை எதிர்பார்த்து அந்தப் பரிசோதனை செய்யப்பட்டதோ, அதற்கான எந்த வெற்றியும் கிடைக்கவில்லை. ஆனால் தோல்விகள் அதிக காலம் நீடிக்கவில்லை. 2012ம் ஆண்டு யூலை மாதம் 4ம் தேதி, நம்பவே முடியாத அந்தச் சம்பவமும் சரித்திரத்தில் நடந்தேறியது.

எந்த நிறையுடன் ஹிக்ஸ் போஸானை விஞ்ஞானிகள் எதிர்பார்த்தார்களோ அதைவிடக் கொஞ்சம் அதிகமான எடையான, அதாவது 125.3 ஜிகா எலெக்ட்ரான் வோல்ட் அளவுகளில் துகள்கள் மோதிச் சிதறின. இதன்மூலம் ஹிக்ஸ் போஸானை ஒத்த துகள்கள் உண்டு என்பதை அறிவியல் உலகம் நிரூபித்துக் காட்டியது. ஆனாலும் இது இந்த இடத்தில் ஒரு ஆரம்பம்தான். இதன் தொடர்ச்சியாக மேலும் பல துகள்கள் கண்டுபிடிக்கப்படும் என்ற திடமான நம்பிக்கைக்கு ஆராய்ச்சியாளர்கள் வந்துவிட்டார்கள்.

★

திரிஷாவும் திவ்யாவும்

நான் சொல்லப் போகும் இந்தச் சம்பவம், பல சந்தர்ப்பங்களில் உங்களுக்கு நடந்திருக்கும். அதை அந்தக் கணத்தில் நீங்கள் பெரிதாக எடுத்துக் கொண்டிருக்க மாட்டீர்கள். ஆனாலும், அப்போது அது உங்களுக்கு ஒரு ஆச்சரியத்தையும் ஆற்றாமையையும் தந்திருக்கும். 'என்ன இது? நான் நினைப்பது தப்பா அல்லது இவர்கள் நினைப்பது தப்பா?' என்று அந்த ஒரு நொடியில், கேள்வியொன்று உங்களுக்குள் உருவாகி மறைந்திருக்கும். அந்தக் கணத்திலேயே அதைப் பெரிதுபடுத்தாமல் மறந்துபோய்விடுவீர்கள். ஆனால், உண்மையில் நீங்கள் மறந்துபோவதற்கு அது ஒரு சின்ன விசயமே கிடையாது. நவீன அறிவியலில், அதாவது குவாண்டம் இயற்பியலில் மிக முக்கிய இடத்தைப் பிடிக்கும் நிகழ்வு அது. 'நான் இப்போது எதைப் பற்றிப் பேசுகிறேன்' என்றுதானே யோசிக்கிறீர்கள்? சொல்கிறேன், ஆனால் அதற்கு முன் கொஞ்சம் அறிவியல் பார்க்கலாம். அதற்கு நீங்கள் தயார்தானே?

நீங்கள் உங்கள் நண்பர்களுடனோ அல்லது உறவினர்களுடனோ ஒரு தமிழ்த் திரைப்படத்தைப் பார்த்துக்கொண்டிருப்பீர்கள். அந்தப் படத்தில் திரிஷா நடித்துக்கொண்டிருப்பார். படத்தில் திரிஷாவின் முக/உடல் அசைவுகள் அன்றாடம் நாம் காணும் ஒரு பெண்ணை

ஞாபகப்படுத்துவதாக இருக்கும். படத்தில் திரிஷவைப் பார்த்தவுடன், ‘அட! நம்ம திவ்யா மாதிரியே அச்சு அசலாகத் திரிஷா இருக்கிறாரே!’ என்று உங்களுக்குத் தோன்றும். ‘திவ்யா’ என்பது உங்கள் உறவுப் பெண்ணாகவோ, நட்பு வட்டாரத்தில் இருக்கும் பெண்ணாகவோ, உங்கள் கனவில் அடிக்கடி வந்து தொந்தரவு செய்யும், நீங்கள் விரும்பும் ஒரு பெண்ணாகவோ இருக்கலாம். திரிஷா, திவ்யா மாதிரி இருப்பது உங்களுக்குப் பெரிய ஆச்சரியத்தைத் தரும். அந்தத் திரைப்படத்தில் திரிஷாவின் அனைத்து முகபாவனைகளும் திவ்யாவையே ஞாபகப்படுத்திக்கொண்டிருக்கும். அதை மனதுக்குள் வைத்திருக்காமல் அங்கிருப்பவர்களிடம், “திரிஷாவைப் பார்க்க அப்படியே திவ்யா மாதிரி இருக்கு, இல்லையா?” என்று சொல்வீர்கள். அப்போது, உங்களைச் சுற்றியிருக்கும் அனைவரும் உங்களை ஒரு வினோத ஜந்துபோலப் பார்ப்பார்கள். அவர்கள் ஒவ்வொருவருக்கும், ஒவ்வொரு விதமான அபிப்பிராயம் மனதில் ஓடிக்கொண்டிருக்கும். ஆனால் உங்களைத் தவிர, படத்தைப் பார்த்துக்கொண்டிருக்கும் எவருக்கும் திரிஷா, திவ்யா மாதிரியே தெரியமாட்டார். ஒரு அசப்பில்கூடத் திவ்யா போலத் தெரியாது. அனைவரும் உங்களை ஏளனம் செய்வார்கள்.

“போயும் போயும் திவ்யாவைத் திரிஷா போல இருக்கு என்று சொல்கிறாயே!” என்று கலாய்ப்பார்கள். ஆனால் உங்களுக்கு அதற்கு அப்புறமும் திவ்யா மாதிரியே திரிஷா தோன்றிக்கொண்டிருப்பார். இது உங்களுக்கு ஆச்சரியமாகவும் இருக்கும். ‘திவ்யாவில் இருக்கும் ஏதோ ஒருவித அபிமானமும் விருப்பமும்தான், திரிஷா போலத் திவ்யாவை இவனுக்குக் காட்டுகிறது’ என்று அவர்கள் நினைப்பார்கள். நீங்களோ உங்கள் கணிப்பில் மாற்றம் இல்லாமல் இருப்பீர்கள். இதுபோலச் சம்பவங்கள் பலருக்குப் பல சமயங்களில் நடந்திருக்கும். ஒருவரைப் பார்க்கும்போது, வேறு ஒருவரைப் போல இருப்பதாகத் தோன்றுவது அடிக்கடி நடப்பதுதான். ஆனால் மற்றவர்களிடம் கேட்டால், அப்படி இல்லவேயில்லை என்று மறுப்பார்கள்.

இந்தச் சம்பவங்களில் என்ன நடக்கிறது? இங்கு யாரில் தப்பு இருக்கிறது? உங்கள் பார்வையிலா அல்லது உங்கள் நட்புகள், உறவினர்கள் பார்வையிலா அல்லது ஒருவரில் இருக்கும் அதீத ஈடுபாட்டின் வெளிப்பாடா? இது பார்வை சார்ந்த விசயமே இல்லாத வேறு ஒன்றா? இங்கு யார் சொல்வது பொய்? யார் சொல்வது உண்மை? நவீன அறிவியல் என்ன சொல்கிறது தெரியுமா? நீங்கள் சொல்வதும் உண்மை. உங்கள் நண்பர்கள் சொல்வதும் உண்மை என்கிறது நவீன அறிவியல். ‘அது எப்படிச் சாத்தியமாக இருக்கும்?’ என்ற கேள்வி இப்போது உங்களுக்குத் தோன்றும். திவ்யா, திரிஷா மாதிரி இருப்பதும், இல்லாமல் இருப்பதும் என்னும் இரண்டும் ஒரே நேரத்தில் சாத்தியமாக முடியாதே! இரண்டுமே உண்மையாக இருக்க எப்படி முடியும்? இந்தக் குழப்பமான இடத்தில்தான், அறிவியல், ஆச்சரியமான கருத்தொன்றைச் சொல்கிறது. ‘நீங்கள் பார்த்து, உங்கள் மனதில் பதிந்து வைத்திருக்கும் திரிஷாவின் உருவத்தை, மற்றவர்களின் மனது அப்படியே பதிந்து வைத்திருப்பதில்லை. உங்களுக்குத் திரிஷா எப்படித் தெரிகிறாரோ, அதே தோற்றத்தில் மற்றவர்களுக்குத் தெரிய மாட்டார்.’ அதாவது ஒரு பொருளோ, ஒரு உருவமோ ஒருவருக்குத் தெரிவதுபோல, அடுத்தவருக்குத் தெரிவதில்லை. திரிஷாவைப் பார்க்கும் ஒவ்வொருவருக்கும், தனித்தனியாக வெவ்வேறு வடிவத்திலான திரிஷாக்களே தெரிந்து கொண்டிருப்பார்கள். ஒவ்வொரு திரிஷாவுக்கும் நுண்ணிய வித்தியாசங்கள் இருந்துகொண்டிருக்கும். ஆனால், நாம் ஒரே

திரிஷாவைப் பார்ப்பதாகத்தான் நினைத்துக் கொள்கிறோம். நான் பார்க்கும் திரிஷாவைத்தான் நீ பார்க்கிறாய் என்று எங்கும் நம்மால் ஒப்பிட்டுப் பார்க்க முடியாது. என்ன புரிகிறதா?

நவீன இயற்பியலின்படி, குறிப்பாகக் குவாண்டம் இயற்பியலின்படி, பூமியில் இருக்கும் அனைத்தும் தகவல்களாகவே (Information) கட்டமைக்கப்பட்டிருக்கின்றன. நான், நீங்கள், நீங்கள் உட்கார்ந்திருக்கும் நாற்காலி, வீட்டின் அருகேயிருக்கும் கோவில் என எல்லாமே, தகவல்களால் அடுக்கப்பட்டு உருவாக்கப்பட்டவை

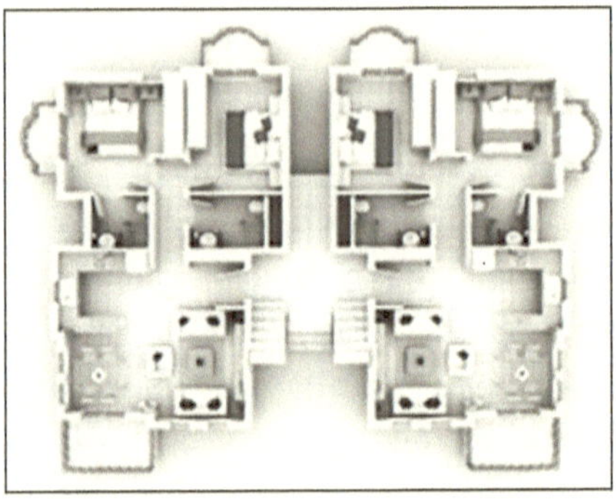

என்கிறது அறிவியல். இது நிச்சயம் புரிந்துகொள்ள முடியாத சிக்கல்தான் இல்லையா? இதைப் புரிந்து கொள்வதற்கு நாம் ஒரு உதாரணத்தைப் பார்க்கலாம். ஒரு வீட்டை எடுத்துக் கொள்ளுங்கள். அந்த வீடு முழுவதுமே செங்கற்களால் கட்டப்பட்டவை என்றும் வைத்துக்கொள்ளுங்கள். வீட்டின் வெளியே நின்று அதன் அமைப்பைப் பார்க்கும்போது, அது விதவிதமான வடிவங்களில் நவீனமாக அமைக்கப்பட்டிருக்கும். ஆனால் அதை நிதானமாகச் சிந்தித்துப் பார்த்தால் அவையெல்லாம் பல செங்கற்களின் ஒழுங்கான அமைப்பின் மூலம் உருவானது என்பது தெரியும். ஒவ்வொரு செங்கல்லும் செவ்வக வடிவில் காணப்பட்டாலும், அவற்றை வைத்து அடுக்கிக் கட்டப்பட்ட வீடு, வளைந்து அழகிய வடிவத்தில் காணப்படும். இப்போது, இந்தச் செங்கற்களை ஒழுங்காக அடுக்குவதற்கு எது உதவியது என்று பார்த்தால், அந்த வீடு கட்டுவதற்கென்று ‘வரைவு’ ஒன்று, இதற்கென்றே படித்துப் பட்டம் பெற்ற ஒருவரால் வரையப்பட்டிருக்கும். அந்த வரைவு, கணினி மூலமாகக் கணித விதிகளின்படி வரையப்பட்டிருக்கும். அந்த வரைவை அடிப்படையாக வைத்தே அந்த வீடும் கட்டப்பட்டிருக்கும். இந்த வரைவை எடுத்துக்கொண்டால், அந்தக் கட்டடம் அமைப்பதற்கான சகல தகவல்களையும்(informations) அது

கொண்டிருக்கும். அதாவது, அமைக்கப்படும் வீடுகள் தகவல்களைக் கொண்டதாகத்தான் இருக்கும். புரிகிறதா?

இதுபோலத்தான் மனிதனும். 'கலம்' (Cell) என்று சொல்லப்படும் மிகச் சிறிய அடிப்படைப் பொருளினால் (கலம் பொருளா?) உருவாக்கப்பட்டிருக்கிறான். நேர்த்தியாக அமைக்கப்பட்டிருக்கும் கலங்களின் கட்டட அமைப்பே மனிதன். மனிதன் இந்த வகையில் அமைக்கப்பட வேண்டுமென்ற தகவல்களை அவனுள் இருக்கும் மரபணுக்கள் (DNA) வைத்திருக்கும். சொல்லப்போனால், DNA யில் இருக்கும் இன்பர்மேசன்களின் வெளிப்பாடுதான் ஒரு மனிதன். இதுபோலத்தான் அனைத்துமே! அணுவிலிருந்து அண்டம்வரை அனைத்தும் ஒருவகைத் தகவல்களின் அடிப்படையிலேயே அதனதன் உருவங்களை எடுத்திருக்கின்றன. இப்போது கணினியை எடுத்துக் கொள்ளுங்கள். அதில் நாம் பார்க்கும் படங்கள், காணொலிகள், பாடல்கள், பேச்சுக்கள், எழுத்துகள் எல்லாமே 0, 1 என்னும் பைனரி வகைத் தகவல்களாகவே கணினிக்குள் இருக்கின்றன. கணினியில் நீங்கள் பார்க்கும் அழகான ஒரு போட்டோ, இரண்டேயிரண்டு கணித இலக்கங்களால் உருவாக்கப்பட்ட தகவல்கள் என்றால் நம்பவே முடியாமல் இருக்கிறதல்லவா? கணினியை விடுங்கள். தொலைக்காட்சி, வானொலி, தொலைபேசி, சாட்டிலைட் என அனைத்துமே மின்காந்த அலைகள் என்று

சொல்லப்படும் தகவல்கள்தான். உங்கள் வீட்டுக்குள் இருக்கும் தொலைக்காட்சியில் தெரியும் கமல்ஹாசன் நடப்பார், இருப்பார், சிரிப்பார், நடிப்பார், அருகிலிருக்கும் நடிகைக்கு முத்தம்கூடக் கொடுப்பார். இவையெல்லாம் மேலே பறந்துகொண்டிருக்கும் சாட்டிலைட் மூலமாக ஒளிபரப்பப்படும் மின்காந்த அலைகளாகத்தான் (Electromagnetic wave) உங்கள் தொலைக்காட்சிப் பெட்டியை அடைகிறது. வெறும் காற்றில் தவழ்ந்துவரும் அந்த அலைகளில் கமல்ஹாசன் தகவல்களாக மாறித் தானும் ஒரு அலையாக நம் வீட்டின் தொலைக்காட்சியில் நடக்கிறார், சிரிக்கிறார், முத்தமிடுகிறார்.

அண்டம் முழுவதும் இருக்கும் திடப்பொருட்கள் அனைத்துமே தகவல்களின் கட்டமைப்பின் மூலமே கட்டியமைக்கப்பட்டிருக் கின்றன. தகவல்களின் ஒழுங்கமைப்புதான் என்னையும் உங்களையும் நீங்கள் படித்துக்கொண்டிருக்கும் இந்த நூலையும் வடிவமைத்திருக்கிறது. நவீன அறிவியல் இதைத்தான் தெளிவாகச் சொல்கிறது. இதை மையமாக வைத்துத்தான் காலப் பிரயாணத்தின் (Time Travel) சாத்தியத்தையும் கணித ரீதியாக நவீன அறிவியல் நிறுவவும் செய்கிறது. இப்போதும் புரியவில்லையென்றால், இன்னுமொரு சின்ன உதாரணத்தைச் சொல்கிறேன்.

நீங்கள், உங்கள் காதலிக்கு ஓர் அழகிய கண்ணாடியிலான தாஜ்மஹால் உருவ பொம்மையைப் பரிசாக வாங்கிச் செல்கிறீர்கள். அதைக் கைகளில் கொடுக்கும்போது, அவள் அடையப்போகும் மகிழ்ச்சியையும் உணர்ச்சியையும் சிந்தித்துக்கொண்டே செல்வதால், எதிரே இருக்கும் விளக்குக் கம்பத்தைக் கவனிக்காமல் அதில் மோதிவிடுகிறீர்கள். கையிலிருந்த தாஜ்மஹால் நிலத்தில் விழுந்து சிதறுகிறது. அதன் கண்ணாடிச் சிதறல்கள் நிலம் முழுவதும் பரவிக் கிடக்கின்றது. ஆனால் உங்களிடம் இறந்தகாலத்துக்குப் பயணம் செல்லக்கூடிய ஒரு கருவி (Time Machine) இருக்கிறது என்று வைத்துக்கொள்ளுங்கள். அதிகமெல்லாம் வேண்டாம், சில நிமிடங்கள் மட்டும் இறந்தகாலத்திற்குப் பின்னோக்கிச் செல்லும் ஆற்றல் கொண்ட கருவியாக இருந்தால் மட்டுமே போதும்.

அந்தத் தாஜ்மஹால் பொம்மை சிதறிய அந்தக் கணத்தில் இருந்து ஒரு நிமிடம் பின்னாடி பயணம் செல்கிறீர்களென்று வைத்துக்

கொள்ளுங்கள். திரைப்படங்களில் காட்டுவார்களே 'ஸ்லோ மோஷன்', அதுபோல மெதுமெதுவாக அந்த ஒரு நிமிடம் பின்னோக்கி நகர்கிறது என்று சிந்தியுங்கள். அப்போது என்ன நடக்கும்? கீழே எங்கெல்லாமோ சிதறி விழுந்து கிடக்கும் தாஜ்மஹாலின் ஒவ்வொரு சின்னத் துண்டுகளும், மெதுமெதுவாகச் சேர்ந்து முழுமையான தாஜ்மஹால் உருவம் பெற்று, உங்கள் கைகளை நோக்கி மேலே நகரத் தொடங்கும். நிச்சயம் இந்தக் காட்சியை உங்களால் கற்பனை பண்ண முடியும். விழுந்துடைந்த அதே வடிவத்தில் மீண்டும் அதே தாஜ்மஹால் எப்படி உருவாக முடியுமென்று பார்த்தால், அவையெல்லாம் ஓர் ஒழுங்குபடுத்தப்பட்ட தகவல்களின் மீளமைப்பு என்பது புரியும். இந்தச் சம்பவத்தில் நடந்த அனைத்தும் சாத்தியம்தான் என்று குவாண்டம் இயற்பியல்

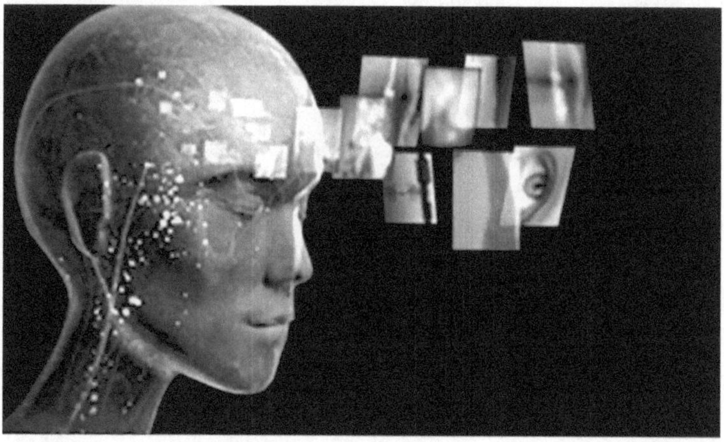

கற்பூரம் அடித்துச் சத்தியம் செய்கிறது. காலப் பயணத்தின் சாத்தியத்தை எந்த இயற்பியலாளரும் இதுவரை மறுக்கவில்லை. 'என்ட்ராபி' (Entropy) என்னும் ஒரு விளைவினால் ஏற்படும் தொடர்ச் சிக்கலினால்தான் சாத்தியமாக முடியாமல் இருக்கிறது. இந்த விளைவு சரிசெய்யப்படும் பட்சத்தில் காலப் பயணம் பற்றிய பல முடிவுகளுக்கு நாம் எப்போதோ வந்திருக்கலாம்.

இப்போது தாஜ்மஹால் சிதறிய சம்பவத்துக்கு நாம் மீண்டும் வரலாம். முழுமையாக இருந்த ஒரு தாஜ்மஹால் கண்ணாடிப்

பொம்மை, ஏதோவொரு தகவலின் அடிப்படையில் கட்டமைக்கப் பட்டிருந்ததால்தான், அது சிதறி விழுந்த பின்னரும் காலத்தினூடாகப் பின்னோக்கிப் பிரயாணம் செய்யும்போது, அந்தத் தகவல்கள் மீண்டும் பெறப்பட்டு ஒரு முழுமையான தாஜ்மஹாலாக உருவாகிறது. அதாவது ஒன்றாக இருந்த தகவல்கள் நிலத்தில் விழுந்து எங்கெல்லாமோ சிதறி, மீண்டும் ஒழுங்கான வடிவத்துடன் தாஜ்மஹாலாக மாறுகிறது. இது தகவல்களாக இல்லாமல் இருந்திருக்கும் பட்சத்தில், அவற்றை நம்மால் ஒன்றாகச் சேர்த்திருக்கவே முடியாது. தகவல்களின் அடிப்படையில் சேர்க்கப்படாமல் இருந்திருக்கும் பட்சத்தில், தாஜ்மஹாலின் அடிபாகம் மேலேயும், தூண்கள் கிடையாகவும், கோபுர உச்சி சுவரிலுமாகத் தாஜ்மஹால் உருவாகியிருக்கும். சொல்லப்போனால், அது தாஜ்மஹாலாகவே இருக்காது. இந்தச் சம்பவத்தினூடாக அறிவியல் சொல்ல வருவது என்னவென்றால், நம்மைச் சுற்றியிருக்கும் எல்லாமே தகவல்கள்தான். நான் நானாக இருப்பதற்கும், திரிஷா, திரிஷாவாக இருப்பதற்கும், திவ்யா திவ்யாவாக இருப்பதற்கும் காரணம், நாமெல்லாம் தகவல்களால் வடிவமைக்கப்பட்டிருப்பதுதான். இப்போது நீங்கள் திவ்யாவைப் பார்க்கும்போது, என்ன நடைபெறுகிறது என்பதையும் கொஞ்சம் கவனியுங்கள். திவ்யாவில் பட்டுத் தெறித்து வரும் ஒளியானது உங்கள் கண்களினூடாகச் சென்று விழித்திரையில் விழுந்து, மீண்டும் அது மூளைக்கு அனுப்பப்பட்டு, திவ்யா உங்களுக்குத் திவ்யாவாகத் தெரிகிறார். இதில் நடப்பது என்ன? திவ்யா என்னும் தகவல் கட்டமைப்பு, ஒளியலைகளால் வருடப்பட்டு, ஒளியலைகள் தகவல்களாக நம் கண்களினூடாக மூளைக்குச் செல்கின்றன. அதுமட்டுமில்லாமல், விழித்திரையில் தலைகீழாக விழும் விம்பம், நியூரான்கள் மூலமாக மின்னலைகள் என்னும் தகவல்களாக மாற்றப்பட்டுத்தான் மூளைக்குள் கொண்டு செல்லப்படுகின்றன. அதாவது, இணையத்தில் நீங்கள் ஒரு திரைப்படத்தைத் 'தரவிறக்கம்' Download) செய்வதுபோல, 'திவ்யா' என்னும் தகவல்கள் உங்கள் மூளைக்குள் டவுன்லோட் செய்யப்படுகிறது. இப்போது யோசித்துப் பாருங்கள். நீங்கள் காணும் காட்சிகள் அனைத்தும், நமது மூளையென்னும் மிகப்பெரிய கணினிக்கு டவுன்லோட் செய்யப்படும் தகவல்கள்தான் என்பது புரியும்.

ஒவ்வொரு தனிநபரின் மூளையின் கணிப்புத் திறன், இன்னுமொருவரின் கணிப்புத் திறன்போல இருக்கவே இருக்காது. அவற்றிற்கிடையில் மிகப் பெரிய வித்தியாசங்கள் இருக்கும். ஒருவருக்கு டவுன்லோட் ஆவதைப் போல இன்னுமொருவருக்குத் தகவல்கள் டவுன்லோட் ஆவதேயில்லை. மனிதனின் கண்பார்வையின் திறன், நிறக்குருடு, மூளையின் திறன் என்பன, எப்போதும் மனிதனுக்கு மனிதன் வேறுவேறாகத்தான் இருக்கும்.

இதனால்தான், உங்களுக்குத் திரிஷா திவ்யாவாகவும் மற்றவர்களுக்கு அப்படி இல்லாமலும் இருக்கிறது. இருவருமே டவுன்லோட் செய்யும் தகவல்கள் ஒன்றாக இருந்தாலும், நமக்கே தெரியாத பல நுண்ணிய வித்தியாசங்கள் அவற்றுள் இருந்துகொண்டேயிருக்கும். இதுதான் நான் மேலே சொன்ன இந்தப் பிரச்சினைக்கான அடிப்படைக் காரணமாக இருக்கிறது. இப்போது யோசித்துப் பாருங்கள். உங்கள் நண்பன் மிகவும் அழகாயிருப்பான். ஆனால் அவன் அழகேயில்லாத ஒரு பெண்ணை உருகி உருகிக் காதலிப்பான். இதுபோல, அழகான பெண்கள் அழகேயில்லாத ஆணை விழுந்து விழுந்து காதலிப்பார்கள். ஆனால் 'இவனுடைய அழகிற்குப் பார், இவளைப் போய்ப் பிடித்திருக்கிறானே!' என்று மற்றவர்கள் நினைப்பார்கள். அவனுக்கோ அவள் தேவதையாகத் தெரிவாள். இந்த விளைவுக்கும் காரணம், நான் மேலே சொன்னதுதான். ஒருவருக்கு மிகவும் அழகாகத் தெரியும் ஒருவர், மற்றவருக்கு அழகு இல்லாமல் தெரிவதன் காரணத்தில் பொத்தாம் பொதுவில் காதலிப்பவர்களைக் குற்றம்சாட்டுவது எவ்வளவு தப்பு என்பது தெரிகிறதா? எல்லாமே தகவல்களின் தரவிறக்கம் செய்யும் மாயம்.

உண்மையைச் சொல்லப்போனால், மேலே சொல்லப்பட்ட சம்பவங்களை நான் சொல்ல வந்ததற்கான காரணமே வேறு. திவ்யாவும், திரிஷாவும் மிகப்பெரிய அறிவியல் சிக்கல் ஒன்றின் அடிப்படையைச் சொல்லப் பயன்படுத்தப்பட்டிருக்கிறார்கள். அவ்வளவுதான். சில வருடங்களின் முன்னர் அறிவியலில் பெரும் விவகாரமாகவும் விவாதமாகவும் பேசப்பட்டுக்கொண்டிருக்கும் ஒரு அறிவியல் போரைப் பற்றி நீங்கள் அறிந்திருப்பீர்கள். 'அண்டத்தில் எங்குமே கருந்துளைகள் *(Blackholes)* கிடையாது' என்று, உலக

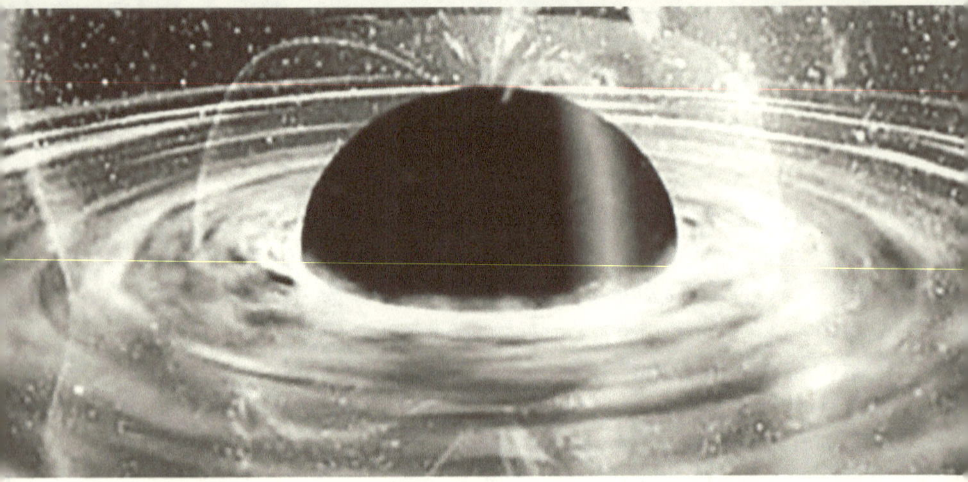

இயற்பியல் வரலாற்றில் மிக முக்கியமானவரும், நவீன இயற்பியலில் பெயர் பெற்றவரும், கடந்த பல தசாப்தங்களாக கருந்துளைகளைப் பற்றி ஆராய்ந்து வந்தவருமான 'ஸ்டீபன் ஹாக்கிங்' (*Stephen Hawking*) அவர்கள் சொன்னார். அந்தப் புரட்சிகரமான கருத்துதான், நான் திவ்யாவையும், திரிஷாவையும் இங்கு இழுப்பதற்குக் காரணமானது. நாஸா உட்படப் பல ஆராய்ச்சி மையங்களில், பல ஆயிரக்கணக்கான கருந்துளைகளைக் கண்டுபிடித்திருக்கும் இந்தச் சூழ்நிலையில், ஸ்டீபன் ஹாக்கிங் இப்படியானதொரு கருத்தைச் சொல்லியிருந்தார். அவர் இப்படியொரு முடிவுக்கு வந்ததற்குக் காரணம் ஒரு போர் (*War*). கத்தியின்றி, ரத்தமின்றி நடந்த அறிவியல் போர். ஒருபுறம் ஸ்டீபன் ஹாக்கிங்கும், மறுபுறம் 'லெனார்ட் சஸ்கிண்ட்' (*LeonardSusskind*) என்னும் அறிவியல் மாமேதைக்கும் இடையில் நடந்த போர். சஸ்கிண்ட் என்பவரும் சாதாரணமானவரல்ல. உலகப் புகழ்பெற்ற ஸ்ட்ரிங் தியரியின் (*StringTheory*) கட்டமைப்பாளர்களில் ஒருவர். இவர்கள் இருவரும் கருந்துளையில் நடைபெறும் மிக முக்கிய நிகழ்வு ஒன்றைப் பற்றித்தான் முரண்பட்டார்கள். அதனாலேயே இந்தப் போரும் நடந்தது.

ஸ்டீபன் ஹாக்கிங், 'கருந்துளைக்குள் சென்றுவிழும் எந்தப் பொருளானாலும், அதன் மையத்தை நோக்கி இழுக்கப்பட்டு இல்லாமல் போய்விடும்' என்றார். ஆனால் சஸ்கிண்டோ, 'அண்டத்தில் எதையும் அழிக்க முடியாது. திடப்பொருளாக இருந்தாலென்ன, ஆற்றலாக இருந்தாலென்ன அவை இன்னுமொன்றாக மாற்றப்பட்டு அண்டத்திலேயே இருக்குமேயொழிய, இல்லாமல் போகாது' என்றார். இதையொட்டி சஸ்கிண்ட் சொன்ன புரட்சிகரமான

இன்னுமொரு கருத்துதான் நான் இந்தக் கட்டுரையையே எழுதக் காரணமானது. சஸ்கிண்ட் சொல்கிறார், 'கருந்துளைக்குள் சென்று விழும் பொருட்கள், கருந்துளையின் அதியுயர் வெப்பக் கதிர்களால் சிதைக்கப்படும்போது, அவற்றின் தகவல்கள் (Informations) கருந்துளையின் எல்லையாக இருக்கும் 'நிகழ்வு எல்லையில்' (EventHorizon) பதிந்திருக்கும்' என்றார். இப்படிப் பார்க்கும்போது சஸ்கிண்ட் சொன்னதை விட, ஹாக்கிங் சொன்னதையே ஏற்றுக் கொள்ள நீங்கள் விரும்புவீர்கள். ஆனால், அதிகமான அறிவியல் அறிஞர்கள் சஸ்கிண்ட் சொன்னதையே ஏற்கின்றனர். சஸ்கிண்ட் இத்துடன் நிறுத்திவிடவில்லை. மேலும் ஒருபடி போய், 'சினிமாபடத்தை ஒளிபரப்பும் புரஜெக்டர் சாதனம்போல, தன்னுள் பதிந்து வைத்திருக்கும் தகவல்களை, ஹோலோகிராம் படக் காட்சிகள்போல விண்வெளியில் ஒளிபரப்புகிறது கருந்துளை அது ஒளிபரப்பும் திரைப்படக் காட்சிகள்தான் நானும் நீங்களும் பூமியில் இருக்கும் அனைத்துப் பொருட்களும்' என்கிறார். பூமியில் நாம் பார்க்கும் எதுவுமே உண்மையில்லை. நாம் அனைவருமே கருந்துளை தெறிக்கவிடும் மாயத் தோற்றங்கள்தான். நிகழ்வு எல்லை ஒளிபரப்பும் மாயக் காட்சிகளை நிஜமென்று நம்பியபடி வாழ்வதாகக் கற்பனை செய்கிறோம் என்கிறார். இதில் அவர் குறிப்பிட்டிருக்கும் இன்போர்மேசன் என்னும் தகவல்களே, திரிஷாவும் திவ்யாவுக்குமான அடித்தளம்.

★

நவீன இயற்பியலும் தேவி பாகவதமும்

நவீன இயற்பியல் (Modern Physics) நம்பவே முடியாத பல கோட்பாடுகளைச் சமீபகாலமாகச் சொல்ல ஆரம்பித்திருக்கிறது. இருபதாம் நூற்றாண்டின் இயற்பியல் மற்றும் கணிதவியல் மேதையான 'அல்பேர்ட் ஐன்ஸ்டைன்' (Albert Einstein) 1920ம் ஆண்டு காலங்களில், 'ஒருங்கமைக் கோட்பாடு' (Theory of Everything) என்னும் கோட்பாடொன்றை விவரித்துச் சொன்னார். அவர் உயிருடன் இருக்கும்வரை அந்தக் கோட்பாட்டை, ஒரு கணிதச் சமன்பாட்டினுள் உள்ளடக்கிச் சமன்படுத்த முயன்றார். ஆனால் அவரால் அது முடியவில்லை. அணு முதல் அண்டம்வரை அமைந்துள்ள அனைத்தும் நான்கு அடிப்படை விசைகளால்தான் இயங்குகின்றன. அதாவது ஒட்டுமொத்தப் பிரபஞ்சமே நான்கு விசைகளுக்குள் உள்ளடங்கிவிடுகின்றது.

இப்போதுள்ள அண்டம் (Universe) அந்த நான்கு விசைகளையும் கொண்டுதான் உருவாக்கப்பட்டிருக்கிறது என்று சொல்லப்பட்டாலும், 13.7 பில்லியன் வருடங்களுக்கு முன் அவையெல்லாம் ஒன்றாகச் சேர்ந்து ஒரு சிறிய புள்ளியாக இருந்திருக்கின்றன. அந்தச் சிறிய புள்ளி பெருவெடிப்பாக வெடித்ததனால் பிறந்ததுதான் இந்த அண்டம். அந்தப் பெருவெடிப்பைப் 'பிக் பாங்' (Big Bang) என்பார்கள். அதாவது 'பிக் பாங்' பெருவெடிப்பிற்கு முன் பல

கோடி ஆண்டுகளுக்கு முன்னர்கூட, அந்த நான்கு விசைகளும் ஒன்றாகச் சேர்ந்து சமநிலைப்படுத்தப்பட்டு அமைதியான ஒரு பூச்சிய நிலையில், ஒருமை நிலையில் இருந்திருக்கின்றன. அதன் பின்னர்தான் ஏதோவொரு தூண்டல் கணம் ஏற்படுத்திய சலனத்தால் அது வெருவெடிப்பாக வெடித்து இப்போதுள்ள அண்டமாக விரிவடைந்திருக்கிறது. பிக்பாங் பெருவெடிப்பின் முன்னர் நான்கு விசைகளும் சமநிலையில் இருந்ததை அடிப்படையாகக் கொண்டு, ஐன்ஸ்டைன் அதற்கென ஒரு கணிதச் சமன்பாட்டை உருவாக்கப் பார்த்தார். அப்படி அவர் உருவாக்க நினைத்த கோட்பாட்டின் பெயர்தான் 'ஒருங்கமைக் கோட்பாடு' எனப்படுகிறது.

ஐன்ஸ்டைனால் எவ்வளவோ முயன்றும் கண்டுபிடிக்க முடியாத அந்தக் கோட்பாட்டைக் கண்டுபிடித்தே தீர்வது என்று அவருக்குப் பின்னர் வந்த இளம் விஞ்ஞானிகள் தீர்மானம் செய்தனர். அப்படிக் கண்டுபிடிக்க நினைத்தவர்கள் ஓரளவுக்கு வெற்றியும் அடைந்தனர். அந்த வெற்றிகளின் மூலமாக அதிர்ச்சிகரமானதும், ஆச்சரியகரமானதுமான பல புதிய கோட்பாடுகளையும் வெளியிட்டனர். நவீன இயற்பியல் நம்பவே முடியாத ஒரு ஆச்சரியமான பாதையில் பயணிக்கத் தொடங்கியது. அதிர்விழைக்கோட்பாடு (String Theory), எம் தியரி (M Theory), இணை அண்டங்கள் (ParallelUnivers), பல் அண்டங்கள் (Multiverse), பல் பரிமாணங்கள் (Multi Dimensions) என்று மனிதனால் நம்பவும், நினைத்தும் பார்க்கவும் முடியாத முடிவுகளை நவீன இயற்பியல் சொல்ல ஆரம்பித்தது. சமயத்தில் மந்திரவாதியின் கதைகள் போலவும் அம்புலிமாமா கதைகள் போலவும் அவையிருந்தன. நம் முன்னோர்கள் சொல்லியிருந்த பல கதைகளும் இவற்றோடு ஒத்துப்போவதுதான் மிகவும் ஆச்சரியமான ஒன்று. அப்படி ஒத்துப்போகும் கதையொன்றைப் பற்றி விவரிப்பதே இந்தக் கட்டுரையின் நோக்கம்.

அண்டம் (Universe) என்பது ஒன்று என்றுதான் நாம் இதுவரை நம்பி வந்தோம். ஆனால், இன்றுள்ள நவீன இயற்பியல் கோட்பாடுகள், அப்படி இல்லை என்கிறது. இருப்பது ஒரு அண்டம் அல்ல, நமது அண்டம்போலக் கோடிக்கணக்கான அண்டங்கள் இருக்கின்றனவென்று அது சொல்கின்றது. ஒவ்வொரு அண்டமும் ஒன்றுக்கொன்று மிக அருகே காணப்படுகின்றன என்றும் சொல்கிறது. அருகே என்றால்,

மிகமிக மெல்லிய ஒரு தோல் போன்ற ஒரு படைதான் ஒவ்வொரு அண்டத்தையும் பிரிக்கின்றது என்று சொல்லும் அளவுக்கு மிக அருகில். நவீன இயற்பியல் இதைக் கோட்பாட்டளவில் கண்டுபிடித்திருக்கிறது. இதைப் பற்றி விளக்கமாகவும் சொல்லியிருக்கிறது. இப்படிச் சொல்லப்பட்ட கோட்பாட்டையும், தேவிபாகவதத்தில் இருப்பதாகச் சொல்லப்படும் ஒரு கதையையும் ஒப்பிட்டுப் பார்த்தபோது நான் ஆடிப்போய்விட்டேன். அடிப்படையில் கடவுள் நம்பிக்கை இல்லாதவன் நான். அறிவியலை மட்டும் அடிப்படையாகக் கொண்டு இயங்குபவன். இந்தக் கதையைக் கேட்டதும் என் சிந்தனை இயங்கிய விதங்களை உங்களுடன் நான் பகிர்ந்துகொள்ள விரும்பினேன். அதுவே நான் இதை எழுதவும் காரணமாகியது. முதலில் தேவி பாகவதத்தில் சொல்லப்பட்ட அந்தக் கதையைப் பார்க்கலாம்.

படைத்தலின் கடவுளான பிரம்மாவுக்கு, தன் படைப்புத் தன்மையை நினைத்துக் கர்வம் உருவாகியது. தானே பெரியவன் என்னும் தலைக்கனமும் அவருக்குத் தோன்றலாயிற்று. படிப்படியாக அவரது தலைக்கனம் அதிகமாகப்போயிற்று. பிரம்மாவின் இந்தக்

கர்வத்தை அவதானித்தாள் தேவி. அவரின் கர்வத்தை உடன் அடக்க வேண்டுமென்று அவள் எண்ணினாள். பிரம்மாவிடம் அவள் சென்று, தன்னுடன் வரும்படி அவரை அழைத்துக்கொண்டு பல்வேறு இடங்களுக்குப் பயணம் செய்தாள். தேவி அழைத்துச் சென்ற ஒவ்வொரு இடத்திலும், இந்தப் பிரம்மாவைப் போலவே அச்சு அசலாக இன்னுமொரு பிரம்மா இருந்துகொண்டு படைப்புத் தொழிலைச் செய்துகொண்டிருந்தார். திகைத்துப்போனார் பிரம்மா.

தேவி அழைத்துச் சென்ற கோடிக்கணக்கான இடங்களில் தனித்தனியே ஒவ்வொரு பிரம்மாவாக, கோடிக்கணக்கான பிரம்மாக்கள் படைப்புத் தொழில்களைச் செய்துகொண்டிருந்தனராம். இதைக் கண்டு தேவியுடன் சென்ற பிரம்மா, "தேவி, இவர்களெல்லாம் யார்? இவர்கள் என்ன செய்துகொண்டிருக்கிறார்கள்?" என்று கேட்டாராம். அதற்குத் தேவி, "நாம் பயணம் செய்த ஒவ்வொரு இடமும் ஒவ்வொரு அண்டமாகும். இவர்கள் ஒவ்வொருவரும் அந்த ஒவ்வொரு அண்டத்திலிருந்து படைப்புத் தொழில்களைச் செய்யும் பிரம்மாக்கள். சிவபெருமானின் தலையில் இருக்கும் ஒவ்வொரு முடியும், ஒவ்வொரு அண்டமாகும். அந்த ஒவ்வொரு முடியிலும் உள்ள அண்டங்களிலும் உன்னைப் போல ஒரு பிரம்மா இருந்துகொண்டு படைத்தல் தொழிலைச் செய்து கொண்டிருக்கிறார்கள். ஆகவே படைப்புத் தொழிலைச் செய்வது நீ மட்டுமல்ல. எனவே கர்வம் தவிர்ப்பாயாக" என்றாராம். பிரம்மாவும் கர்வம் கலைந்து, தேவியிடம் மன்னிப்பு கேட்டுவிட்டுத் தன் படைப்புத் தொழிலைத் தொடர்ந்து செய்ய ஆரம்பித்தாராம்.

"சிவபெருமானின் தலையில் கோடிக்கணக்கான முடிகள் இருக்கின்றன. அவை ஒவ்வொன்றும் ஒவ்வொரு அண்டமாக இருக்கின்றன. ஒவ்வொரு அண்டமும் அருகருகே இருக்கின்றன" என்பதைத்தான் இந்தத் தேவி பாகவதக் கதை சொல்கின்றது. நவீன இயற்பியல் இப்போது எதைச் சொல்கின்றதோ அதையே இந்தக் கதையும் என்றோ சொல்லியிருக்கிறது. இந்தக் கதை என்னை ஆச்சரியப்படுத்தியதில் வியப்பொன்றுமில்லை என்பதை நீங்கள் இப்போது புரிந்திருப்பீர்கள்...

★

கடவுள் துகள்/ஹிக்ஸ் போஸான்
[சிறு விளக்கம்]

பிரம்மாண்டமான திறந்தவெளி அரங்கமொன்றில் நடிகர்கள் கலந்துகொள்ளும் நட்சத்திர விழாவொன்று நடக்கவிருக்கிறது. திறந்தவெளி மைதானத்தில் பல ஆயிரங்களில் மக்களும் ரசிகர்களும் கூடியிருக்கிறார்கள். மைதானத்தின் வடக்குப் புறத்தில் அரங்கு அமைந்திருக்கிறது. நட்சத்திரங்கள் வரும் நுழைவாயில் தெற்குப் புறத்தில் இருக்கிறது. ஒவ்வொரு நடிகரும் மைதானத்தில் நுழைந்து அரங்கத்தை அடையவேண்டுமென்றால், மைதானம் முழுவதும் நிறைந்திருக்கும் ரசிகர்களினூடாகவே செல்ல வேண்டும்.

ஒவ்வொரு நடிகர்களாக விழாவுக்கு வர ஆரம்பிக்கிறார்கள். நட்சத்திர நடிகர்களும் வருகிறார்கள். பிரபலமற்ற சகநடிகர்கள் வரும்போது, ரசிகர்கள் அவர்களைப் பெரிதாகக் கவனத்தில் எடுத்துக் கொள்ளாததால், மிகச் சுலபமாகவும் வேகமாகவும் மேடை நோக்கி நடந்து, மேடையில் அமர்ந்துகொள்கிறார்கள். கதாநாயகர்கள் வரும்போது, அவர்களின் பிரபலத் தன்மையைப் பொறுத்துக் குறைவாகவோ, அதிகமாகவோ ரசிகர் கூட்டம் அவர்களைச் சூழத் தொடங்குகிறது. அவர்கள் மேடையை நோக்கி நகர நகர, சூழவுள்ள கூட்டம் அதிகரித்துக்கொண்டே போகிறது. மெல்ல மெல்ல ரசிகர் கூட்டத்துடன் நடிகர்கள் மேடையை அடைகிறார்கள்.

இப்போது உச்ச நட்சத்திரமாக இருப்பவர்கள் உள்ளே வருகிறார்கள். நிலைமை மோசமாகிவிடுகிறது. அந்த உச்ச நட்சத்திரத்தைக் கூட்டம் சூழ்ந்து, அவரை ஆமைபோல நகரச் செய்கிறது. வழக்கமாக ஸ்டைலாக, வேகமாக நடக்கக்கூடியவர், இப்போது ஆயிரம் மடங்கு எடை கூடியவர்போல மெல்ல மெல்ல மேடையை நோக்கி நகர்கிறார்.

"எந்த அரங்கத்தில் இந்த நிகழ்வு நடக்கிறது" என்று கேட்கிறீர்களா? இது இப்போது எங்கும் நடக்கவில்லை. ஆனால், இதுபோன்ற நிகழ்வை நீங்கள் பல சமயங்களில் கவனித்திருப்பீர்கள். இதை ஏன் இப்போது சொல்ல வந்தேன் என்று கேட்கிறீர்களா? சரி, அதைச் சொல்லிவிடுகிறேன். அறிவியலின் ஒரு முக்கிய நிகழ்வொன்றைப் புரியவைக்கவே இந்த உதாரணத்தைச் சொல்லலாமென்று நினைத்தேன். இதுபோன்ற உதாரணங்களை ஏற்கனவே பலர் சொல்லிப் புரியவைத்திருந்தாலும், நடிகர்களை வைத்துச் சொன்னால்தான் நமக்கு உடனே புரிந்துவிடுகிறதல்லவா? சரி, இனி விசயத்துக்கு வருவோம்.

'ஹிக்ஸ் போஸான்' என்பது, அண்டவெளியில் இருக்கும் அடிப்படைத் துகள்களில் (FundamentalParticles) ஒன்று. விண்வெளி யெங்கும் ஹிக்ஸ் போஸான்கள் அடர்த்தியாகப் பரவியிருக்கின்றன. அப்படி அவை பரவியிருப்பதை 'ஹிக்ஸ் வெளி' (Higgs Field) என்கிறார்கள். மிகமிகச் சிறியதான அடிப்படைத் துகள்கள், இந்த ஹிக்ஸ் வெளியினூடாக நகர்ந்து செல்லும்போது, அந்தத் துகள்களின் தன்மையைப் பொறுத்து, அவற்றுடன் ஹிக்ஸ் போஸான்கள் ஒன்றுசேர்ந்து கொள்கின்றன. அப்படி அவை சேர்வதால், அந்தப் பொருளுக்கு ஒரு எடை கிடைக்கிறது. சில துகள்களை ஹிக்ஸ் போஸான்கள் கண்டுகொள்வதில்லையாதலால், அவை எடையற்று இலகுவாகப் பயணம் செல்கின்றன. இதைச் சரியாகப் புரியவேண்டுமென்றால், நான் மேலே சொன்ன உதாரணம் உங்களுக்கு உதவிசெய்யலாம்.

திறந்தவெளி அரங்குதான் பேரண்டவெளி. அதில் நிரம்பியிருக்கும் ரசிகர்கள் கூட்டம்தான், 'ஹிக்ஸ் வெளி.' ஒவ்வொரு ரசிகனும் தனித்தனியே ஒரு 'ஹிக்ஸ் போஸான்.' அங்கே நுழையும்

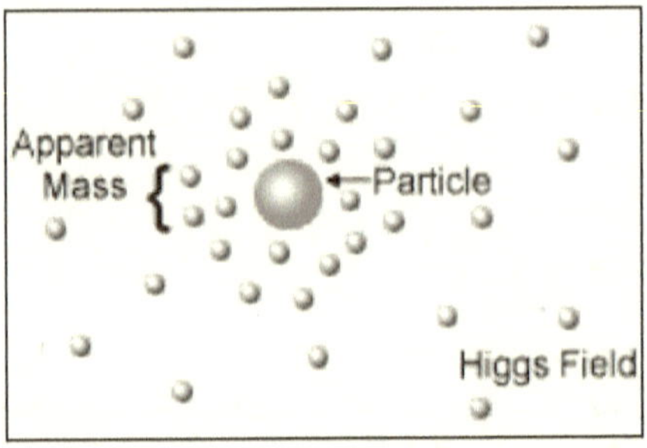

நடிகர்கள்தான் 'அடிப்படைத் துகள்கள்.' புகழில்லாத சாதாரண உபநடிகர்கள்தான், எடையில்லாத அடிப்படைத் துகள்கள். அதன் பின்னர் வரும் நடிகர்களின் பிரபலத் தன்மைக்கேற்ப அதாவது, அடிப்படைத் துகள்களின் தன்மைக்கேற்ப அவற்றுக்கு எடை அதிகரித்துக்கொண்டே போகின்றது. இந்த வகையில்தான் ஹிக்ஸ் வெளியிலிருக்கும் ஹிக்ஸ் போஸான்கள் அடிப்படைத் துகள்களுக்கு எடையைக் கொடுக்கின்றன.

இப்போது ஹிக்ஸ் போஸான் என்றால் என்னவென்றும், அதன் செயற்பாடு என்னவென்பதையும் அறிந்திருப்பீர்களென்று நம்புகிறேன். 'ஸ்டீபன் ஹாக்கிங்' *(Stephen Hawking)* சொன்ன கருத்தொன்றை மையப்படுத்தி 'ஹிக்ஸ் போஸான்கள்' பற்றி இப்போது மீண்டும் பொதுவெளியில் பேச ஆரம்பித்திருக்கிறார்கள். ஸ்டீபன் ஹாக்கிங் சொன்ன கருத்தின் அடிப்படை என்னவென்றால், "சுவிஸ் நாட்டின் 'சேர்ன்' *(Cern)* நகரில் அமைக்கப்பட்டுள்ள 'மிகப்பெரிய ஹாட்ரான் மோதி' *(Large Hadron Collider* சுருக்கமாகச் சொன்னால் *LHC)* என்னும் நிலக்கீழ்ப் பரிசோதனை வட்டப்பாதையில், 'ஹிக்ஸ் போசான்' *(HiggsBoson)* என்னும் அடிப்படைத் துகளைக் கண்டுபிடிக்கச் செய்யப்படும் பரிசோதனைகளின் மூலம், பேரண்டமே கண்ணிமைக்கும் நேரத்துக்குள் அழிந்துவிடும் பேராபத்து நேர்ந்துவிடலாம்" என்பதுதான்.

அழிவு என்றதும் நமக்கு எப்போதும் ஒரு பதட்டம் தொற்றி விடுவது சாதாரணமானதுதான். 2012ஆம் ஆண்டில்கூட உலகமே அழிந்துவிடும் என்னும் பயமும் பதட்டமும் உலகமெங்கும் பரவியிருந்தது. ஆனால், இங்கு சொல்லப்பட்டது பேரண்டத்தின் அழிவென்பதால் யாரும் பெரிதாக அலட்டிக்கொள்ளவில்லை போலும். அறிவியலில் நாட்டமுள்ள வெகுசிலர் ஆங்காங்கே பதட்டப்படுகிறார்கள். எஞ்சியவர்களுக்குப் பதட்டப்படுவதற்கு வேறு எத்தனையோ விசயங்கள் இருக்கின்றன. 'ஹிக்ஸ் போஸான்

சம்பந்தமான ஆராய்ச்சி உண்மையில் 'ஹாக்கிங்' சொன்னதுபோல ஆபத்தானதுதானா? இல்லையா?' என்ற முடிவு இன்னும் சரியாகத் தீர்மானிக்கப்படவில்லை. ஆனாலும், இந்த 'சேர்ன்' நிலக்கீழ் வட்டப்பாதைப் பரிசோதனையை எதிர்ப்பவர்களுக்கு இது அவலாகிப் போனது. இந்த வட்டப்பாதைப் பரிசோதனையே தவறானது என்ற கருத்தும் நிலவுகிறது. இந்தத் திட்டம் ஆரம்பிக்கப்படுவதற்கு முன்னரே இதுபோன்ற எதிர்ப்புகள் கிளம்பித்தான் இருக்கின்றன. 'பிக் பாங்' (Bigbang) என்று சொல்லப்பட்டும் ஆதிபெருவெடிப்பின் 'மாதிரி' வெடிப்பை இந்தப் பரிசோதனைகளில் செய்து பார்க்கப்போகிறார்களென்றும் அப்படியொரு பரிசோதனை நடைபெற்றால் ஒட்டுமொத்தப் பூமியோ அல்லது பேரண்டமோ வெடித்துச் சிதறுமென்றும் இல்லையென்றால் பரிசோதனையில் உருவாகும் 'கருந்துளை (Blackhole) அனைத்தையும் உள்வாங்கி அழித்துவிடுமென்றும்' கருத்துகள் முன்வைக்கப்பட்டு, எதிர்ப்புகள் கிளம்பின.

சேர்ன் வட்டப்பாதை சற்றுப் பெரியதுதான். கிட்டத்தட்ட 27 கிலோ மீட்டர்கள் சுற்றளவுள்ளது. 175 மீட்டர் ஆழத்தில் அமைக்கப்பட்டது. இதுபோன்ற நிலக்கீழ் வட்டவடிவப் பரிசோதனைச் சாலை அமெரிக்காவிலும் உண்டு. சிகாகோ மாநிலத்திலுள்ள இல்லினோய்ஸ் (Ilinois, Chicaago) நகரில், ஃபேர்மிலாப் (Fermilab) என்று பெயரிடப்பட்டு அழைக்கப்படுகிறது.

இதன்மூலம் பலவகையான நுண்ணணுத் துகள்களைக் கண்டுபிடித்திருக்கிறார்கள். இந்த ஃபேர்மிலாப்பின் தலைவராக இருந்தவர்தான் லியோன் லெடெர்மான். அவரே ஹிக்ஸ் போஸானுக்குக் கடவுள் துகள்கள் என்று பெயரிட்டுப் புத்தகம் எழுதியவர்.

★

திட்டமிட்டு மறைக்கப்பட்ட சூரியன்

'ஒன்றாய் ஒடுங்கியிருந்தவை, எல்லாமாக வெளிப்பட்டனவே யொழிய, படைப்பென்னும் நிகழ்வு அங்கு நிகழவில்லை' என்ற புரட்சிகரமான கருத்தை அந்த மாபெரும் அரங்கில், ஒரு இளம் இந்துத் துறவி சொல்லிக்கொண்டிருந்தார். அதாவது, நவீன இயற்பியலின் அடிப்படைக் கோட்பாடான, மதங்கள் அனைத்துமே ஒத்துக்கொள்ளத் தயங்கிய கொள்கையான, பெருவெடிப்புக் கோட்பாட்டைப் பற்றி (*Bigbang Theory*), ஒரே வரியில் மிகச் சுலபமாக அந்தத் துறவி சொல்லியது, அங்கிருந்த அனைவரையும் ஆச்சரியத்தின் எல்லைக்குக் கொண்டு சென்றது. உலகத்தின் கிழக்குப் பகுதியிலிருந்து, அறிவியலின் உச்சம் தொட்டிருந்த மேற்கை நோக்கி வந்து, அவர்களுக்கே நவீன இயற்பியலைப் பற்றி ஒரு இந்துத் துறவி புரியவைக்க முயன்றது, அவர்களே எதிர்பாராதது. அந்தத் துறவி அங்கு வந்திருந்ததே இந்து மதத்தின் பெருமைகளைப் பற்றி உலக மக்களுக்கு எடுத்துச் சொல்லத்தான். ஆனால், அவர் இந்து மதத் தத்துவங்களைப் பற்றிச் சொல்லும்போது, அறிவியலையும் புகுத்தித் தன் உரையைக் கொண்டு செல்வார் என்று யாரும் நம்பவில்லை. மேலே கூறியதோடு அவர் நிறுத்திவிடாமல், "ஒவ்வொரு இந்துவின் மனதிலும் ஆழப் பூட்டப்பட்டிருந்த இந்தக் கருத்துதான், தற்போது அறிவியலின் முடிவாகவும் வெளிப்பட்டிருக்கிறது" என்றும் சொன்னார். பல அறிஞர்களும், மக்களும் கூடியிருந்த மாபெரும்

அரங்கினில், அவர் உரையை, வியப்புடன் திறந்த வாய் மூடாமல் அனைவரும் கேட்டுக் கொண்டிருந்தனர். பேரண்டம் (*Universe*), ஆற்றல் (*Energy*), விசை (*Force*), ஒருமை (*Singularity*), இயற்பியல் (*Physics*), அறிவியல் (*Science*), வேதியியல் (*Chemistry*), பருப்பொருள் (*Matter*) போன்ற நவீன அறிவியலின் அனைத்து அம்சங்களும், சரமாரியாக இவரது உரையில் உட்புகுந்து வெளிவந்து கொண்டிருந்தன. இளம் இந்துத் துறவியின் அந்த உரையைக் கேட்டுக் கொண்டிருந்தவர்கள் எல்லாரும் அவருக்கு அந்நியமானவர்கள். மொழியிலோ, இனத்திலோ, நாட்டிலோ, நிறத்திலோ, எதிலுமே அவருக்கு இணையானவர்கள் இல்லை. ஆனாலும் தங்கள் மொழியிலேயே அந்த இந்துத் துறவி பேசிக் கொண்டிருந்ததை ஒருவிதக் கிறக்க நிலையில் கேட்டுக்கொண்டிருந்தார்கள். அவர் தனது உரையை இப்படித்தான் ஆரம்பித்தார், “அமெரிக்காவாழ் சகோதரிகளே, சகோதரர்களே!” அப்படி அவர் தன் உரையை ஆரம்பித்ததுமே, அரங்கிலிருந்த அனைவரும் எழுந்து நின்று கைதட்டியது அடங்கவே இரண்டு நிமிடங்களுக்கு மேலாக எடுத்தது. அதுவரை “லேடீஸ் அண்ட் ஜென்டில்மென்” என்றே உரைகள் ஆரம்பிக்கப்படுவது பழகிப் போன அமெரிக்கர்களுக்கு, அது ஒரு ஆச்சரியமான தொடக்கமாக இருந்தது.

இப்போது, நான் மேலே சொன்ன அந்தத் துறவி யாரென்று கண்டு பிடிப்பதில் உங்களுக்கு எந்தச் சிரமமும் இருக்கப்போவதில்லை. சிலருக்கு இன்னும் புரியாமல் இருக்கலாம். அந்த இளம் துறவிதான், மேற்கு வங்காளத்தின் அன்றைய கல்கத்தாவைப் பிறப்பிடமாகக் கொண்ட ‘நரேந்திர தத்தா’ என்பவர். பின்னாட்களில், ராமகிருஷ்ண பரமஹம்சர் என்னும் குருவின் மூலமாக ‘விவேகானந்தர்’ என்று உலகம் முழுவதும் பெயர் சொல்லும்படியாக வெளிவந்தவர். அமெரிக்காவின் சிக்காகோ நகரில், 1893ஆம் ஆண்டு செப்டம்பர் மாதம் 15ஆம் தேதி, நடைபெற்ற உலக மதங்களின் மாநாட்டில், இந்தியாவிலிருந்து கலந்துகொள்ளச் சென்றிருந்த சுவாமி விவேகானந்தரே மேற்படி சிறப்புகளுக்குச் சொந்தக்காரர். சுவாமி விவேகானந்தர் சிக்காகோ நகரில் தொடர்ச்சியாக மூன்று நாட்கள் ஆற்றிய உரையைக் கேட்ட அமெரிக்கவாழ் மக்கள், அவரை மெம்பிஸ், போஸ்டன், சான் பிரான்சிஸ்கோ, நியூ யோர்க், லாஸ்

ஏஞ்சலீஸ், செயின்ட் லூயிஸ் ஆகிய நகரங்களுக்கும் உரையாற்றும்படி அழைத்தனர்.

அங்கெல்லாம் விவேகானந்தர் உரையாற்றிக்கொண்டிருந்தபோது, இரண்டு மணி நேரங்களாக நின்ற நிலையிலேயே அந்த உரையை ஒரு மனிதர் கேட்டுக்கொண்டிருந்தார். கேட்டுக்கொண்டிருந்தது மட்டுமில்லாமல், விவேகானந்தரின் கருத்துகளின் மேல் நிறைந்த ஈடுபாட்டையும் ஏற்படுத்திக்கொண்டார். பின்னர் நண்பர்களின் உதவியுடன் விவேகானந்தரை நியூ யோர்க் நகரில் வைத்துச் சந்திக்கவும் செய்தார். அந்த மனிதரைப் பற்றிச் சொல்லப் போகும் கட்டுரைதான் இது. அந்த மனிதர் சாதாரண மனிதரல்ல. 19ஆம் நூற்றாண்டின் மாபெரும் அறிவுஜீவி. இயற்பியலின் தந்தை என்று கூட அவரைச் சொல்லலாம். உலக மக்களுக்காக அவர் பாடுபட்டுக் கண்டுபிடித்த கண்டுபிடிப்புகள் ஆயிரக்கணக்கில் இருக்கும். ஆனால் அதே உலகத்தால் ஏமாற்றப்பட்டு, வரலாற்றில் திட்டமிட்டே ஒதுக்கிவைக்கப்பட்ட ஒரு துரதிர்ஷ்டசாலி. எதையெதையோ எல்லாம் கண்டுபிடித்த, யார்யாரையோ எல்லாம் மனப்பாடம் செய்து வைத்திருக்கும் நம்மில் பலருக்கு, ஆயிரக்கணக்கான கண்டுபிடிப்புகளைக் கண்டுபிடித்த இவரின் பெயரைச் சொன்னால், "அப்படியொரு பெயரைக் கேள்விப்பட்டதே இல்லை" என்போம்.

அந்த அளவுக்கு மறைத்து வைக்கப்பட்ட ஒரு சூரியன் அந்த மாமனிதர். அவர்தான் 'நிக்கோலா டெஸ்லா' *(NikolaTesla)*.

"வானொலியைக் கண்டுபிடித்தது யார்?" என்று உலகில் எங்கும், எவரிடமும் கேட்டால், கிடைக்கும் ஒரே பதில், 'இத்தாலி நாட்டைச் சேர்ந்த மார்க்கோனி' என்பதாகத்தான் இருக்கும். இன்று கூட, நம் பிள்ளைகளுக்குப் பாடசாலைகளிலும், கல்லூரிகளிலும் நடைபெறும் பொது அறிவுப் போட்டிகளில், 'வானொலியைக் கண்டுபிடித்தவர் மார்க்கோனி *(Marconi)*' என்றே சொல்லிக்கொடுத்துக்கொண்டு வருகிறோம். இந்தக் கூற்று எந்த அளவுக்குப் பொய்யானது என்பது உங்கள் யாருக்காவது தெரியுமா? உண்மையில் வானொலியைக் கண்டுபிடித்தவர் யார் தெரியுமா? நிக்கோலா டெஸ்லாவேதான். வானொலியைக் கண்டுபிடித்த சம்பவத்தில் டெஸ்லாவை மார்க்கோனி ஏமாற்றிய கதையிலிருந்து என் கட்டுரை ஆரம்பித்தாலும், டெஸ்லா முதன் முதலாக ஏமாந்தது தாமஸ் ஆல்வா எடிசனிடம்தான் *(ThomasAlvaEdison)*. உலகிலேயே சிறந்த கண்டுபிடிப்பாளரும், அறிஞரும் என்று நாம் நம்பியிருக்கும் எடிசன் கூட, ஒரு வகையில் டெஸ்லாவின் கதையில் துரோகியாகச் செயல்பட்டார் என்பதே உண்மை. அது மிகப்பெரிய கதை. முதலில் மார்க்கோனியின் கதையைப் பார்த்தபின்னர் அந்தக் கதைக்கு நாம் வரலாம்.

1892ஆம் ஆண்டின் ஆரம்பப் பகுதிகளிலே டெஸ்லா வானொலிக்கான அடிப்படைக் கருவிகளைக் கண்டுபிடித்து, அவற்றைப் பொருத்தி, ஒரு வானொலியை உருவாக்கியிருந்தார். அதற்குரிய வரைபடங்களையும் அவர் தயாரித்திருந்தார். அத்துடன் அவற்றை அமெரிக்கக் காப்புரிமை நிலையத்தில் *(Patent Office)* பதிவும் செய்திருந்தார். ஆனால், டெஸ்லாவின் அதே வரைபடங்களின் அடிப்படையை வைத்துக்கொண்டு, மார்க்கோனி 1895ம் ஆண்டில் வானொலியைக் கண்டுபிடித்ததாக உலகம் முழுவதும் அறிவித்தார். இதை எதிர்த்து டெஸ்லா அமெரிக்க நீதிமன்றத்தில் வழக்கொன்றைப் பதிவு செய்தார். ஆனால், டெஸ்லாவின் வழக்கு ஏதோ ஒரு காரணத்திற்காகத் தள்ளுபடி செய்யப்பட்டது. அதன் பின்னர், மார்க்கோனிதான் வானொலியைக் கண்டுபிடித்ததாக அறிவித்தார்கள். இந்த அறிவித்தல்களின் பின்னால், பண முதலாளிகளின் பெரும் கைகள் இருந்ததாக அப்பொழுதே பேசப்பட்டது. இத்தாலியைச்

சேர்ந்த மார்க்கோனி என்பவர் மிகவும் பணம் படைத்த ஒரு வியாபாரியாக இருந்தார். அத்துடன் டெஸ்லாவுக்கு எதிராகப் பல அமெரிக்க முதலாளிகளும் உருவாகி இருந்தார்கள். இவையெல்லாம் சேர்ந்து டெஸ்லாவுக்கு அநீதியைத் தேடிக் கொடுத்தது. இதில் அதிகபட்ச நகைச்சுவையாக, வானொலியைக் கண்டுபிடித்ததற்காக மார்க்கோனிக்கு நோபல் பரிசும் வழங்கப்பட்டது. ஆனால், சூரியனை எவ்வளவு காலத்துக்குத்தான் மறைத்து வைக்க முடியும்? 1943ஆம் ஆண்டு அமெரிக்க உச்ச நீதிமன்றம், "டெஸ்லாவின் காப்புரிமை பெற்ற ஏழு வரைபடங்களின் அடிப்படையிலேயே மார்க்கோனி, வானொலியைக் கண்டுபிடித்திருந்தார் என்றும், அதனால் வானொலியைக் கண்டுபிடித்த முதல் மனிதராக டெஸ்லாவே விளங்குகிறார்" என்றும் தீர்ப்பு வழங்கியது. இப்படி வழங்கப்பட்ட தீர்ப்பும்கூடப் பலருக்கு இதுவரை தெரியாமல் மறைக்கப்பட்டது. வானொலியைக் கண்டுபிடித்தது மார்க்கோனிதான் என்று அதன் பின்னர் சொல்வதுதான் வேதனை தரும் விசயமாகும். டெஸ்லாவை வெளியே தெரியாமல் இருட்டடிப்பு செய்து, இதற்கெல்லாம் காரணமாக இருக்கலாமெனச் சந்தேகப்படுபவர்தான் மிகப் பெரிய பணமுதலையான தாமஸ் ஆல்வா எடிசன்.

தாமஸ் ஆல்வா எடிசனைப் பற்றி இதுவரை மிகப் பெரிய உயர்ந்த நோக்குப் பார்வையே நம்மிடமெல்லாம் இருந்தது. நாம் பாவனை செய்யும் மின்விளக்கு தொடங்கி சினிமாப் படம் வரை, தாமஸ் ஆல்வா எடிசனின் கண்டுபிடிப்புகள் என்ற மரியாதை அவரிடம் நமக்கு எப்போதும் இருந்தே வந்திருக்கிறது. ஆனால், என்னதான் அவர் ஒரு கண்டுபிடிப்பாளராக இருந்தாலும், கோடி கோடியாகப் பணம் பண்ணும் ஒரு பெருமுதலாளியாகவும் இருந்திருக்கிறார். அதனால் எடிசன் என்னும் பணக்கார வியாபாரி, டெஸ்லாவின் வாழ்க்கையின் அழிவுக்குக் காரணமாகச் சதி முயற்சிகள் செய்திருக்கின்றாரோ என்றே சந்தேகப்பட வேண்டியிருக்கிறது. ஓரளவுக்கு அந்தச் சந்தேகம் உண்மையும் கூட. இவற்றைப் பற்றியெல்லாம் நாம் விரிவாகத் தெரிந்துகொள்ள வேண்டுமென்றால், டெஸ்லாவின் வரலாற்றை ஆரம்பத்திலிருந்தே பார்க்க வேண்டும்.

இன்று 'குரோஷியா' என்று அழைக்கப்படும், அன்றைய 'செர்பியக் குடிமகனாக' 10ம் தேதி ஜூலை மாதம் 1856ம் ஆண்டு

டெஸ்லா பிறந்தார். மின் மற்றும் இயந்திரப் பொறியாளர் பட்டங்களைப் பெற்ற டெஸ்லா, தன் கனவுகளை மெய்யாக்க அமெரிக்கா நோக்கிப் பயணப்பட விரும்பினார். டெஸ்லாவுக்கு இயல்பிலேயே ஒரு பழக்கம் இருந்தது. அவர் கனவுகளிலும் நினைவுகளிலும் பல காட்சிகளைக் கண்டுகொள்வார். அவை எல்லாமே ஏதோ ஒரு அறிவியல் கருவியின் கண்டுபிடிப்பிற்கான ஒரு தோற்றமாக இருக்கும். இது ஏதோ கதையளப்பது போல இருந்தாலும், அதில் நிறைய உண்மைகள் இருந்தன. இளைஞனான டெஸ்லா, ஒருநாள் தனது நண்பனுடன் சென்றுகொண்டிருந்தபோது, திடீரென அவருக்கு ஒரு காட்சி மனதில் தோன்றியது. உடனே அவர் நண்பனை நிறுத்தித் தரையில் தாம் கண்ட அந்தக் காட்சியின் வடிவத்தை வரைய ஆரம்பித்தார். வரைந்த பின்னர் அதற்கான விளக்கத்தையும் நண்பனுக்குச் சொல்லவும் ஆரம்பித்தார். டெஸ்லா வரைந்தது மோட்டார் (Motor) ஒன்றின் அடிப்படை வரைபடம். ஆனால், வழமையான மோட்டாரின் வரைபடம்போல இல்லாமல், வித்தியாசமாக அது காணப்பட்டது. அந்தக் காலகட்டத்தில் 'நேர் மின்சாரமே'(Direct Current - DC) அனைத்து மின் சாதனங்கள் இயங்குவதற்குப் பாவிக்கப்பட்டது. மின் மோட்டார்கள் கூட, நேர் மின்சாரத்தின் மூலமாகவே இயக்கப்பட்டன. டெஸ்லாவுக்குத் தோன்றிய தோற்றம் இதற்கு எதிரானதாக இருந்தது. அது மாற்றுத் திசை மின்னோட்டத்தின் (Alternating Current-AC) மூலம் இயங்கும் மோட்டார் ஒன்றின் வடிவமாக இருந்தது. அப்படியொரு மின்சாரக் கருவியை அந்த நேரத்தில் யாரும் கண்டிருந்ததே இல்லை. டெஸ்லா தம் நண்பனிடம் அதுபற்றித்தான் விளக்கம் கொடுத்தார். அத்தோடு, "நான் அமெரிக்காவுக்குச் சென்று நயாகரா நீர்வீழ்ச்சியை என் கைக்குள் கொண்டு வந்து அதன் மூலம் மின்சாரத்தை உற்பத்தி செய்வேன்" என்றும் சொன்னார். நயாகரா நீர்வீழ்ச்சியின் மூலம் மின்சாரம் தயாரிப்பதைச் சிறுவனாக இருக்கும்போதே டெஸ்லா கற்பனை செய்திருந்தார்.

1884ம் ஆண்டு அமெரிக்காவுக்குப் பயணம் செய்வதற்கான சூழ்நிலை டெஸ்லாவுக்கு உருவாகியது.

அமெரிக்காவில் காலடியெடுத்து வைத்த டெஸ்லா, நேரே போய் நின்றது தாமஸ் ஆல்வா எடிசனிடம்தான். எடிசனிடம் அந்த

அளவுக்குப் பற்றும் மரியாதையும் வைத்திருந்தார் டெஸ்லா. தன் முன்னே நின்ற இளைஞன், தன்னையே ஒருநாள் புரட்டிப்போடுவான் என்று அப்போது எடிசன் நினைத்திருக்கவில்லை. மிகவும் புத்திசாலியாகக் காணப்பட்ட அந்த இளைஞனைத் தனக்குக் கீழே பணிபுரிவதற்கு வைத்துக்கொண்டார். எப்பொழுதும் விதவிதமான புதிய கண்டுபிடிப்புகளுடன் எடிசனிடம் வந்து நிற்பார் டெஸ்லா. புத்திசாலியான டெஸ்லாவைக் கண்டு பயமும் மரியாதையும் எடிசனுக்குத் தோன்ற ஆரம்பித்தது. டெஸ்லா கண்டுபிடித்துக் கொண்டுவருபவற்றையெல்லாம் எடிசன் தனது பெயரில் காப்புரிமைக்காகப் பதிந்துகொண்டதாக ஒரு வதந்தியும் உண்டு. எடிசனின் பல கண்டுபிடிப்புகள் டெஸ்லாவுடையதுதானெனச் சொல்பவர்களும் உண்டு. ஒருநாள் டெஸ்லா தான் முன்னர் கண்ட மாற்றுத்திசை மின் மோட்டாரின் வரைபடத்துடன் எடிசனிடம் வந்தார். நேர்மின்சாரத்தைவிட, மாற்றுத்திசை மின்சாரம் எந்த அளவுக்குச் சிறந்ததாக இருக்கும் என்பதை, எடிசனுக்கு விளக்கிச் சொல்ல ஆரம்பித்தார். டெஸ்லாவின் நல்ல காலமோ, கெட்ட காலமோ எடிசனுக்கு அந்த விசயத்தில் உடன்பாடு ஏற்படவில்லை. நேர் மின்சாரம் மூலம் எடிசன், நியூயோர்க் சிட்டி முழுவதற்கும் மின்சாரத்தை வழங்கிக்கொண்டிருந்தார். சொல்லப்போனால் எடிசனின் மின்சாரக் கம்பெனி அமெரிக்கா முழுவதும் நேர்மின்சாரம் மூலமாக மின்சாரத்தை வழங்கிக்கொண்டிருந்தது. அதற்கெனப் பெரிய இயந்திரங்களையும் அவர் பயன்படுத்தி வந்தார். பல கோடி டாலர் பணத்தைக் கொட்டிச் செலவு செய்து, அந்தத் திட்டத்தை நடைமுறைப்படுத்தி வந்தார். ஆனால், அதைவிடப் பலமடங்கு பணத்தை லாபமாகப் பெற்றுக் கொண்டும் வந்தார். அதனால், இந்த மாற்றுத்திசை மின்சாரத் திட்டம் அவருக்கு எரிச்சலையே கொடுத்தது. இந்தக் காரணத்தினால் டெஸ்லா, எடிசனின் கம்பெனியில் பணிபுரிவதிலிருந்து விலகிக்கொண்டார். ஆனால், டெஸ்லாவுக்கு வேறொரு புதிய இடத்தில் இருந்து அழைப்பு வந்தது.

அமெரிக்காவில் வாழ்ந்த கோடீஸ்வரனாகிய ஜார்ஜ் வெஸ்டிங்ஹௌஸ் *(GeorgeWestinghouse)* என்பவர் டெஸ்லாவின் மாற்றுத்திசை மின்சாரத் திட்டத்துக்கு உதவுவதாகவும் அதற்குரிய பணத்தை முதலீடு செய்வதாகவும் சொன்னார். டெஸ்லாவின் பாதையிலும் விளக்குகள் எரிய ஆரம்பித்தன. இன்றுவரை உலகிலேயே பயனுள்ள மிகப் பெரிய பத்துக் கண்டுபிடிப்புகளில் ஒன்றாகக் கருதப்படும், 'மாற்றுத்திசை மின்சார மோட்டார்' டெஸ்லாவால் கண்டுபிடிக்கப்பட்டு, உலகப் பயன்பாட்டுக்கு வந்தது. அதை வெஸ்டிங்ஹௌஸ் உடனடியாகக் காப்புரிமை செய்துகொண்டார். மாற்றுத்திசை மின்சார மோட்டார்களின் பயன்பாட்டை மக்களுக்கு எடுத்துச் சொல்வதற்கு டெஸ்லா முயன்றபோது, எடிசனால் பலவிதமான தடைகள் ஏற்படுத்தப்பட்டன. டெஸ்லாவின் கண்டுபிடிப்புகள் மக்களுக்கும் மிருகங்களுக்கும் உயிராபத்தை விளைவிக்கக் கூடியவை

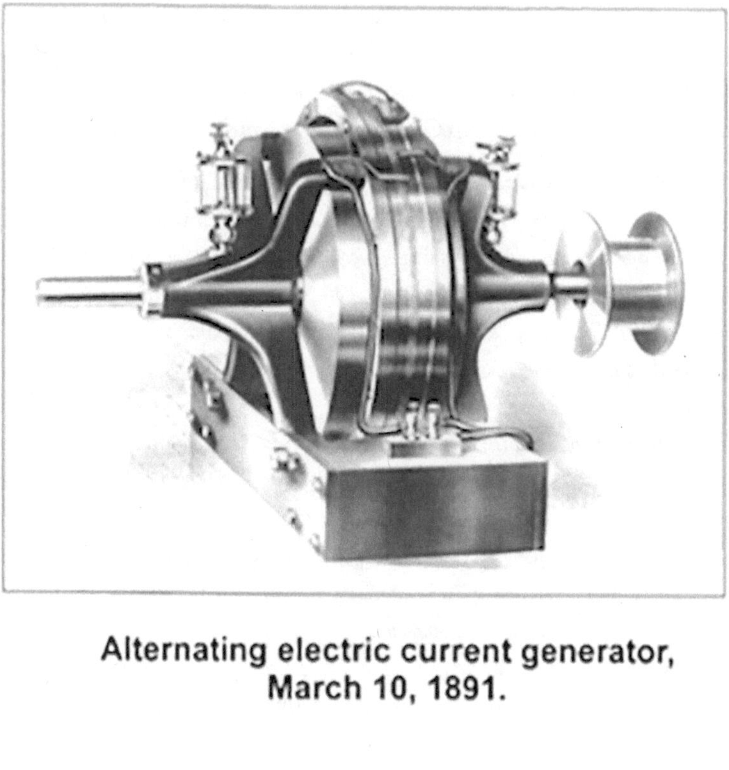

Alternating electric current generator, March 10, 1891.

என்று வெளிப்படையாகவே அறிக்கையையும் எடிசன் சமர்ப்பித்தார். ஆனால், இவற்றையெல்லாம் டெஸ்லா முறியடித்து, மாற்றுத்திசை மோட்டார்களே சிறந்தது என்பதை நிரூபித்தார். அதுவரை 'மின்சாரப் போர்' என்று அழைக்கப்பட்ட நேர் மின்சாரமா? மாற்றுத்திசை மின்சாரமா? என்ற போட்டியில், டெஸ்லாவே வென்றார். எடிசனால் அந்தத் தோல்வியைத் தாங்கவும் முடியவில்லை. மறக்கவும் முடியவில்லை. இன்றுவரை டெஸ்லாவின் இந்தக் கண்டுபிடிப்பால் மக்களாகிய நாம் மிகவும் பயனடைந்துகொண்டுவருகிறோம். அமெரிக்கா, ஐரோப்பா எங்கும் மாற்றுத்திசை மோட்டார்களே அதிக அளவில் விற்பனை செய்யப்பட்டன. வெஸ்டிங்ஹௌஸ் இதன் மூலம் பல கோடி டாலர் பணத்தைச் சம்பாதித்தார். அதன் அடுத்த கட்டமாக, முப்பது வருடங்களுக்கு முன்னர் டெஸ்லா கண்ட நயாகரா கனவும் வெஸ்டிங்ஹௌஸின் உதவியினால் நிறைவேற்றப்பட்டது. நயாகரா நீர்வீழ்ச்சி வீழும் இடத்தில், ராட்சச மோட்டார்களை அமைத்து, அவை நீர்வீழ்ச்சியின் வேகத்தினால் சுற்றுவதால் பெறப்படும் மின்சாரத்தினால், 'பஃபலோ' (Buffalo) நகரத்துக்கே மின்சாரம் வழங்கப்பட்டது. அந்தக் காப்புரிமை அனைத்தையும் வெஸ்டிங்ஹௌஸின் கம்பெனியே பெற்றுக்கொண்டது.

டெஸ்லாவிடம் இன்னுமொரு விசித்திரமான பழக்கமும் இருந்தது. தான் ஒரு கண்டுபிடிப்பைக் கண்டுபிடித்துவிட்டால், அதன் பின்னர் அதில் அதிக நாட்டம் கொண்டிருக்க மாட்டார். தம்முடைய அடுத்த கண்டுபிடிப்புக்கான ஆயத்தங்களைச் செய்ய ஆரம்பித்துவிடுவார். ஒரே சமயத்தில் பல கண்டுபிடிப்புகளிலும் அவர் ஈடுபட்டதுண்டு. டெஸ்லாவின் கண்டுபிடிப்பால், பணத்தை முதலிட்டவர்களெல்லாம் கோடி கோடியாகச் சம்பாதிக்க ஆரம்பிக்க, அந்தப் பணத்தில் எந்தவொரு நாட்டமும் இல்லாமல், தன் அடுத்த கண்டுபிடிப்புக்கான முயற்சிகளில் மும்முரமாக இறங்கிவிடுவார். பெண்களிடமும் கூட அவருக்கு நாட்டம் அதிகம் இருக்கவில்லை. எத்தனையோ பெண்கள் அவரிடம் காதலிப்பதாகவும் திருமணம் செய்து கொள்வதாகவும் கெஞ்சிக் கேட்டும், அவர் அதை ஏற்றுக்கொள்ளவே இல்லை. மிக அழகியான ஒரு நடிகை கூட டெஸ்லாவைக் காதலிப்பதாகச் சொன்னார். அவரின் காதலைக் கூட டெஸ்லா ஏற்கவில்லை. தன் கடைசிக் காலம்வரை தனிமையாகவே இருந்து இறந்தார்

டெஸ்லா. எப்போதும் ஆராய்ச்சி, ஆராய்ச்சிதான். டெஸ்லா இறக்கும் வரை 1200 கண்டுபிடிப்புகளைக் கண்டுபிடித்திருக்கிறார். அதில் அவர் 700க்கும் மேலான கண்டுபிடிப்புகளுக்குக் காப்புரிமை பெற்றிருக்கிறார். உங்களால் நம்பவே முடியாதவற்றையெல்லாம் டெஸ்லா கண்டுபிடித்துள்ளார். அவற்றின் பெயர்களைச் சொன்னால், "அட! இதையெல்லாம் டெஸ்லாவா கண்டுபிடித்தார்?" என்று நீங்கள் வாயடைத்துப்போவீர்கள். குறிப்பாகச் சொல்லப்போனால், வானொலி, எக்ஸ்ரே படம், வயர்லெஸ் கருவி, நியான் விளக்கு, இண்டக்ஸன் மோட்டார், மாற்றுத்திசை மோட்டார், ரிமோட் கன்ட்ரோல், டெஸ்லா காய்ல், நின்ற நிலையிலிருந்து விமானம் எழுந்து பறப்பதற்கான பொறிமுறை, புளோரசான் விளக்கு. என்ன... ஆச்சரியப்பட்டீர்களா?

இத்தனை கண்டுபிடிப்புகளைக் கண்டுபிடித்த ஒருவர் எப்படி மக்களுக்குத் தெரியாமல், வரலாற்றிலிருந்து மறைக்கப்பட முடியும்? அனைவரும் தெரிந்து கொண்டு, புகழின் உச்சிக்கே சென்று அமர்ந்திருக்க வேண்டிய ஒருவரல்லவா இவர். இவரால் கண்டுபிடிக்கப்பட்ட இரண்டு கண்டுபிடிப்புகள்தான் அதற்குக் காரணமாக இருந்திருக்கலாம் என்று பலர் இப்போது நம்பத் தொடங்கியிருக்கிறார்கள். மக்களுக்கு நல்லது செய்ய விரும்பிய அவரது நல்ல மனசே, அவரின் வீழ்ச்சிக்குக் காரணமாக இருந்திருக்கிறது. எடிசனுடன் முரண்பட்டிருந்த காலங்களில் அதாவது 1898ம் ஆண்டளவில் டெஸ்லாவின் ஆராய்ச்சி சாலை முற்றாகத் தீயினால் எரிந்து கருகியது. அதுவரை டெஸ்லா கண்டுபிடித்த ஆராய்ச்சிகளின் குறிப்புகள், கருவிகள் அனைத்துமே அந்தத் தீயில் எரிந்து சாம்பலாயின. மர்மமான முறையில் ஏற்பட்ட அந்தத் தீவிபத்துக்குக் காரணம் கடைசிவரை கண்டுபிடிக்கப்படவேயில்லை. ஆனால், அதற்கு யார்

காரணமாக இருக்கலாமென நீங்கள் நினைக்கிறீர்களோ, அவரே காரணமாகவும் இருந்திருக்கலாம். எல்லாமே பணம் செய்யும் வேலை. தீ விபத்தினால், அனைத்தையும் இழந்தார் டெஸ்லா. அதனால், தாம் வசித்த இடத்திலிருந்து, கொலராடோ ஸ்பிரிங் (Colorado Spring) என்னும் இடத்துக்குச் சென்றார். கொலராடோ ஸ்பிரிங் என்பது மிகவும் அமைதியான கிராமப் பாங்கான ஓரிடம். அங்கிருந்தபடி டெஸ்லா உலகமே வியக்கும்படியான ஒரு கண்டுபிடிப்புக்கு வித்திட்டார்.

கொலராடோ ஸ்பிரிங்கில் டெஸ்லா அமைத்துக்கொண்ட சோதனைச் சாலையில், உயரமான கோபுரம் போன்ற ஒன்றை உருவாக்கினார்.

அந்தக் கோபுரத்தின் உச்சியில் உலோகத்தாலான பந்து ஒன்றையும் அமைத்தார். அதிலிருந்து அவர் 'பிராந்திய வளிமண்டல அலை' (TerrestrialAtmospheric Wave) என்பதை அடிப்படையாகக் கொண்டு, 'உயர் அதிர்வெண் கொண்ட' மின்சாரத்தை (High Frequency Current) உருவாக்கலாம் என்பதைக் கண்டுபிடித்தார். கொலராடோ ஸ்பிரிங்கில் அதற்கான பரிசோதனையிலும் வெற்றி பெற்றார்.

இந்த உயர் அதிர்வெண் மின்சாரத்தை, எந்தக் கருவிகளும், செலவுகளும் இல்லாமல் இயற்கையாகவே தயாரிக்கலாம் என்றும் முடிவுக்கு வந்தார். அதாவது பூமியைச் சுற்றியிருக்கும் வளிமண்டலமான அட்மாஸ்பியரின் உதவியுடன் எந்தச் செலவும் இல்லாமல் அதிகமான மின்சாரத்தைப் பெற்றுக்கொள்ளலாம் என்று கண்டுபிடித்தார். உலகம் முழுவதும் இலவச மின்சாரத்தை இதன் மூலம் வழங்கலாம் என்று கனவும் கண்டார். அந்தக் கனவே டெஸ்லாவின் வீழ்ச்சிக்கான புதைகுழியாக அமைந்தது.

டெஸ்லா உடனடியாக ஜே.பி.மோர்கன் (J.P.Morgen) என்னும் கோடீஸ்வரரைத் தொடர்புகொண்டார். 'ரேடியோ, வயர்லெஸ் பரிசோதனை செய்வதற்காக அவர் உதவி செய்வாரா?' என்று கேட்டார். அதற்கு மோர்கன் உடன் சம்மதித்தார். கொலராடோ ஸ்பிரிங் நகரில் பரிசோதனை செய்த கருவியைப் போலப் பலமடங்கு பெரிய கருவியை நியூயோர்க் நகரில் உருவாக்கினார். நூறடி உயரமான கோபுரமொன்று கட்டப்பட்டது. அதன் மேலே

மிகப்பெரிய உலோகக் கோளம்போல ஒன்றும் பொருத்தப்பட்டது. இந்த ஆயத்தங்கள் நடந்துகொண்டிருந்தபோது, மோர்கனுக்கு அந்தக் கோபுரம் எதற்காகக் கட்டப்படுகின்றது என்ற உண்மை தெரியவந்தது. அவர் டெஸ்லாவை அழைத்து விசாரிக்க, ‘உலகம் முழுவதுக்கும் இலவசமாக மின்சாரம் வழங்கும் திட்டம்தான் அது’ என்ற உண்மையை டெஸ்லா உடைத்தார். மோர்கன் மட்டுமில்லை, உலகில் இருக்கும் எந்தக் கோடீஸ்வரனும் அப்படியானதொரு திட்டத்துக்குச் சம்மதிக்க மாட்டான் என்பதை டெஸ்லா புரிந்து கொண்டிருக்கவில்லை. மக்களுக்கு மின்சாரம் விற்பனை செய்வது

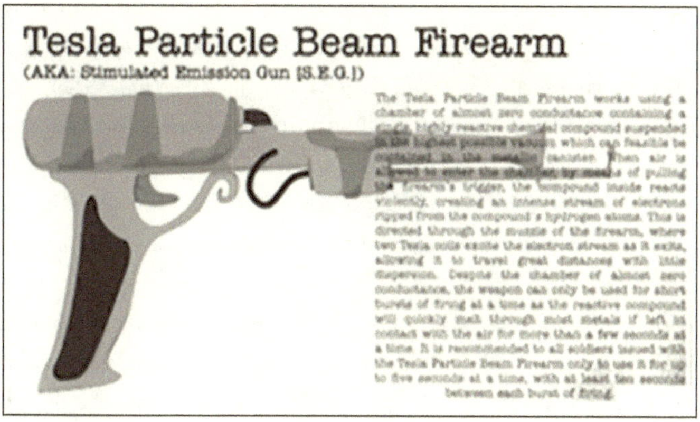

என்பது உலக முதலைகளின் மிகப் பெரிய வியாபாரங்களில் ஒன்று. அதை இலவசமாக மக்கள் பெற்றுக்கொள்ள எந்தப் பணக்காரன் ஒத்துக்கொள்ளப்போகிறான்? உடனடியாக டெஸ்லாவுடனான ஒப்பந்தத்தை ரத்து செய்தார் மோர்கன். அடுத்த சில நாட்களில் யுத்த ஏற்பாடுகளின் நிமித்தமாக அந்தக் கோபுரம் அரசாங்கத்தினால் உடைக்கப்பட்டது. டெஸ்லாவும் மனமுடைந்து ஒடுங்கிப் போனார். அதன்பின்னர் டெஸ்லாவுக்கு உதவி செய்ய எந்தப் பணக்காரனும் வரவில்லை. டெஸ்லாவின் வாழ்க்கை முறைகளும் மாறத்தொடங்கின. தனிமையிலேயே தனது நேரங்களை அவர் கழிக்க விரும்பினார். புறாக்களுடன் தன் காலங்களைச் செலவிட்டார். தனிமையில் அவர் இருந்தாலும், தன் ஆராய்ச்சிகளை மட்டும் விட்டுவிடவில்லை. இறுதிக் காலங்களில் டெஸ்லா இறங்கிய ஆராய்ச்சிதான் பயங்கரமானது.

நவீன இயற்பியல் அணுவின் துகள்களைப் பிரித்தறிந்து அவற்றின் ஆற்றல்களைப் பற்றிப் புரிந்துகொள்ள ஆரம்பித்த நேரமது. டெஸ்லாவும் தன் ஆராய்ச்சிகளை அணுத்துகள்கள் (Particles) பக்கம் திருப்பினார். எதையுமே மிக வித்தியாசமாகச் சிந்திக்கும் டெஸ்லா அதிலும் வித்தியாசமாகவே சிந்தித்தார். 'மின்னேற்றப்பட்ட துகள்களைக் குவியப்படுத்தும் ஆயுதம்' (Charged Particle Beam Weapon) என்று சொல்லப்படும் ஆயுதம் ஒன்றைக் கண்டுபிடிக்கும் முயற்சியில் டெஸ்லா ஈடுபட்டார். அதை 'டெத் ரே' (Death Ray) என்றே பலரும் பின்னாட்களில் அழைத்தார்கள். அந்த நேரத்தில் ஹிட்லரின் விமானங்கள் அமெரிக்காவைத் தாக்கலாமோ என்ற அச்சம் பரவலாக இருந்தது. அப்படி விமானங்கள் தாக்க வந்தால், அவற்றை வானில் இருக்கும்போதே, இந்த ஆயுதத்தின் மூலம் சிதைத்துவிடலாம். அன்றும் இன்றும் கதைகளிலும் விஞ்ஞானத் திரைப்படங்களிலும் மட்டுமே அப்படியொரு ஆயுதத்தை நாம் கற்பனை செய்திருக்கிறோம். ஆனால் டெஸ்லாவோ அப்படியொரு ஆயுதத்தை உருவாக்குவதற்கான அனைத்து வடிவங்களையும் தயார்படுத்தி வைத்திருந்தார். இந்த ஆயுதம் விஞ்ஞான உலகில் மிகப்பெரிய மாற்றத்தையே ஏற்படுத்தி இருக்கும். 200 கிலோமீட்டர் பரப்பளவில் பறந்துகொண்டிருக்கும் அத்தனை விமானங்களையும், ஒரே சமயத்தில் இந்த ஆயுதம் செயலிழக்க வைக்கும் என்று

டெஸ்லாவால் சொல்லப்பட்டது. இரண்டாம் உலகப் போருக்கான ஆயத்தங்கள் அப்போது நடைபெற்றுக்கொண்டிருந்தன. தனது கண்டுபிடிப்பைப் பற்றி அமெரிக்க அரசுக்கு அறிவித்தார் டெஸ்லா. அத்துடன் தமது கண்டுபிடிப்பைப் பற்றி வெளிப்படையான அறிக்கையையும் வெளியிட்டார். டெஸ்லா அப்படியொரு ஆயுதத்தைக் கண்டுபிடித்திருந்தாரா? அல்லது அதற்கான மாதிரி வடிவத்தை உருவாக்கி வைத்திருந்தாரா? அல்லது அதுபற்றி விளக்கமான வரைபடங்களை மட்டும் வைத்திருந்தாரா? என்று யாருக்கும் தெரியாது. ஆனால், அதன் பின்னர் நடந்த அனைத்துமே மர்மங்கள்தான்.

டெஸ்லாவைச் சந்திக்கத் திடீரென அவரது மைத்துனர் முறையிலான ஒருவர், சொந்த நாட்டிலிருந்து வந்திருந்தார் என்று சொல்லப்பட்டது. அப்போது அந்த நாடுகளெல்லாம் சோவியத் ரஷ்யாவின் கைகளிலேயே இருந்தன. அதனால், டெஸ்லா உருவாக்கிய ஆயுதத்தை ரஷ்யா பெற்றுக்கொள்ள முயற்சிக்கிறது என்ற பேச்சு இருந்தது. இவையெல்லாவற்றையும் மீறி, 1943ம் ஆண்டு ஜனவரி மாதம் 7ம் தேதி, நியூயோர்க்கர் ஹோட்டல் அறையொன்றில் இறந்து கிடந்தார் டெஸ்லா. டெஸ்லா இறந்த அடுத்த கணம், அமெரிக்க அரசின் உளவுப்படையினர் டெஸ்லாவின் அறைக்குள் நுழைந்து அவரது அனைத்துக் கண்டுபிடிப்புகளுக்கான குறிப்புகளையும் கொண்டு சென்றது. டெஸ்லாவின் அறைக்குள் 'டெத் ரே' என்று சொல்லப்பட்ட அந்த ஆயுதத்தைப் பற்றி எந்த ஒரு தகவலும் இருக்கவில்லை என்று

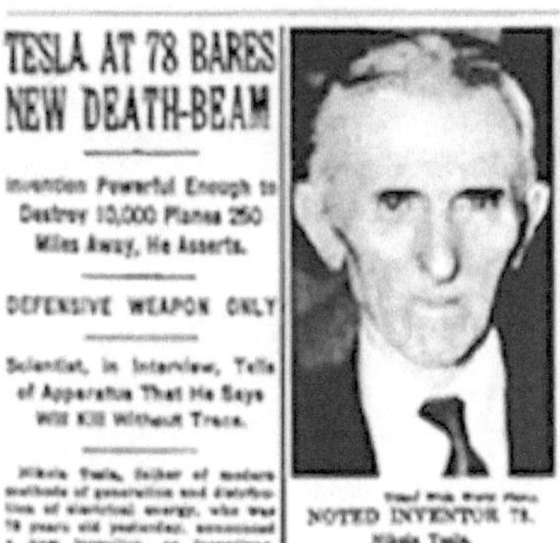

TESLA AT 78 BARES NEW DEATH-BEAM

Invention Powerful Enough to Destroy 10,000 Planes 250 Miles Away, He Asserts.

DEFENSIVE WEAPON ONLY

Scientist, in Interview, Tells of Apparatus That He Says Will Kill Without Trace.

Nikola Tesla, father of modern methods of generation and distribution of electrical energy, who was 78 years old yesterday, announced a new invention, or inventions,

NOTED INVENTOR 78.
Nikola Tesla.

அமெரிக்கா தலையில் அடித்துச் சத்தியம் செய்தது. வழமையான அமெரிக்காவின் சத்தியம்தான் அது. இந்த ஆயுதத்தின் மர்மத்தை அடியோடு குழிதோண்டிப் புதைக்க வேண்டுமாயின், அதைக் கண்டுபிடித்த ஒருவரின் வரலாற்றையே மக்கள் அதிகம் தெரிந்து கொள்ளாமல் பார்க்க வேண்டும் என்ற முடிவுகளும் எடுக்கப்பட்டன. அதனால், ஒரு பிரகாசமான சூரியனைப் பெட்டியொன்றில் பூட்டிப் புதைத்தார்கள். பின்னாட்களில் அமெரிக்கா 'டெத் ரே' ஆயுதத்தைக் கண்டுபிடித்துவிட்டார்கள் என்று சொல்லப்பட்டது. அதில் எவ்வளவு உண்மை இருக்கிறது என்று தெரியவில்லை.

சூரியனை எப்படி மறைத்தாலும், அதன் பிரகாசம் அனைத்தையும் உடைத்துக்கொண்டு வெளியே வந்தேதீரும். இன்றுள்ள இணைய காலங்களில் டெஸ்லாவின் ஒவ்வொரு சாதனையும் வெளிவரத் தொடங்கிவிட்டன. இதுவரை உலகில் தோன்றிய கண்டுபிடிப்பாளர்கள், ஆராய்ச்சியாளர்கள் மத்தியில், டெஸ்லாவே மிகச் சிறந்தவர் என்பதில் யாருக்கும் சந்தேகம் கிடையாது.

★

‘மிக்கி மௌஸ்’ நீர்

‘மிக்கி மௌஸ் நீர்’ என்னும் தலைப்பைப் பார்த்ததுமே வியப்புத்தான் உங்களுக்குத் தோன்றியிருக்கும். சம்பந்தமே இல்லாத இரண்டு ஒன்று சேர்ந்திருக்கின்றன. மிக்கி மௌஸுக்கும், நீருக்கும் என்னதான் சம்பந்தம் இருக்க முடியும்? இந்த முடிச்சை நான் போடுவதற்கு ஒரு காரணம் இருக்கிறது. அது எதுவெனப் பார்ப்போமா?

நீர், மனிதனுக்கு எவ்வளவு முக்கியம் வாய்ந்தது என்பதை, நான் உங்களுக்குச் சொல்ல வேண்டியதில்லை. தினம்தினம் அவசியம் அருந்த வேண்டிய அத்தியாவசியத் தேவைகளில் ஒன்று நீர். ஆனால் அந்த நீரைப் பற்றி முழுமையாக நாம் எதையும் சரியாக அறிந்து வைத்திருப்பதில்லை என்பதுதான் நிதர்சனம். கண்ணும் தாயும் நம்முடன் இருக்கும்வரை, அவைபற்றிக் கவலையே படுவதில்லை நாம். இந்த இரண்டில் ஒன்று, நம்மை விட்டு இல்லாமல் போகும் போதுதான், அட! வாழ்க்கையில் எவ்வளவு அவசியமான ஒன்றை இழந்துவிட்டோமென்று அலற ஆரம்பிப்போம். அதுபோல ஒன்றுதான் நீரும். அது இருக்கும்வரை, அதைப் பற்றி எந்தக் கவலையும் படாமல், அருந்திவிட்டுப் போய்க்கொண்டே இருப்போம். நீரும் இல்லாமல் போகும்போதுதான் அதன் அருமை

நமக்குத் தெரிய ஆரம்பிக்கும். நீரைப் பற்றிய விழிப்புணர்வு நமக்கு இல்லாவிட்டாலும்கூட, அதுபற்றி ஒரு விந்தையான அறிவியல் தகவலை இன்று நாம் அறிந்துகொள்ளலாம்.

ஒரு கிளாஸில் (Glass) அரைவாசி அளவுக்கு நீரை ஊற்றி வைத்து விட்டு, 'இதில் என்ன இருக்கிறது?' என்று கேட்பார்கள். நாம் அரை கிளாஸில் நீர் இருப்பதாகச் சொல்வோம். ஆனால் அரை கிளாஸில் நீரிருப்பதுபோல, மிகுதியாய் இருக்கும் அரை கிளாஸில் நீரில்லாத வெறுமையும் அல்லது வளியும் இருக்கிறது. ஆனாலும் நாம் அதைச் சொல்லமாட்டோம். நம் கண்ணுக்கு என்ன தெரிகிறதோ, அதையே உண்மையென்று நம்பி, அதை மட்டும்தான் குறிப்பிட்டுச் சொல்வோம். இது மனித இயல்பு. அரை கிளாஸில் நீர் இருப்பதை ஒரு தத்துவமாகவும் சொல்வார்கள். இதை நீங்கள் முன்னரே கேள்விப்பட்டுமிருக்கலாம். ஆனால், நான் சொல்ல வந்தது இதுபோல ஒன்றுதான் என்றாலும், இதுவல்ல.

இதே கிளாஸும் இதே நீரும்தான். ஆனாலும், நான் சொல்ல வந்தது தத்துவமல்ல, அறிவியல்.

நீர் முழுமையாக நிரம்பியிருக்கும் ஒரு கிளாஸை எடுத்து மேசையில் வைத்துவிட்டு, அதைக் கொஞ்சம் பாருங்கள். அந்த கிளாஸில் முழுமையாக நீர் நிரம்பியிருப்பதாக நீங்கள் நினைத்துக்கொள்வீர்கள். ஆனால் உண்மையில் அப்படி இருப்பதில்லை. ஒரு கிளாஸில் நீர் நிரம்பியிருந்தால், அந்த கிளாஸில் 99% நீர் இருப்பதில்லை. 1% அளவில்தான் நீர் இருக்கும் என்று சொல்கிறது அறிவியல். 'என்ன தலை சுற்றுகிறதா?' ஆம்! 99 சதவீதத்துக்கு அந்த கிளாஸ் நீரின்றி வெறுமையாகத்தான் இருக்கிறது. இன்னும் சொல்லப்போனால், ஒரு கிளாஸ் நீரை நீங்கள் குடிக்கும்போது, அதில் ஓரேயொரு சதவீதம் நீரைத்தான் குடிக்கிறீர்கள். மிகுதி 99 சதவீதம் நீரைக் குடிப்பதாக நினைத்துக்கொண்டு, வெறுமையைக் குடிக்கிறீர்கள்.

“என்னடா! இந்த ஆள் தண்ணியைப் போட்டுவிட்டு உளறுகிறாரோ?” என்று நீங்கள் இப்போ நினைக்கலாம். அப்படி நான் தண்ணியைப் போட்டுவிட்டு உளறினாலும், அந்தத் தண்ணியிலும் 99 சதவீதம் வெறுமையைத்தான் குடித்திருப்பேன். என்ன புரியவில்லையா? பரவாயில்லை, தொடர்ந்து படியுங்கள் புரியும்.

‘நீர்’ என்பது, இரண்டு ஐதரசன் (H) அணுக்களையும், ஒரு ஒட்சிசன் (O) அணுவையும் சேர்த்து, H2O மூலக்கூறால் (Molecule) உருவாக்கப்பட்ட ஒரு திரவம். அதாவது பல H2O என்னும் மூலக்கூறுகள் ஒன்று சேர்ந்திருப்பதை நாம் நீர் என்கிறோம். நீர் என்றல்ல, அனைத்துத் திரவங்களும் மூலக்கூறுகளால்தான் உருவானவை. ஒரு திரவத்தின் மிகச்சிறிய வடிவம் மூலக்கூறு எனப்படும். மூலக்கூறு ஒன்றைப் பிரிக்கவேண்டுமென்றால் அது அணுக்களாகத்தான் பிரியும். பல H2O மூலக்கூறுகள் ஒன்றுடன் ஒன்று சேர்ந்து, ஒரு கிளாஸ் நீராக மாறுகின்றன.

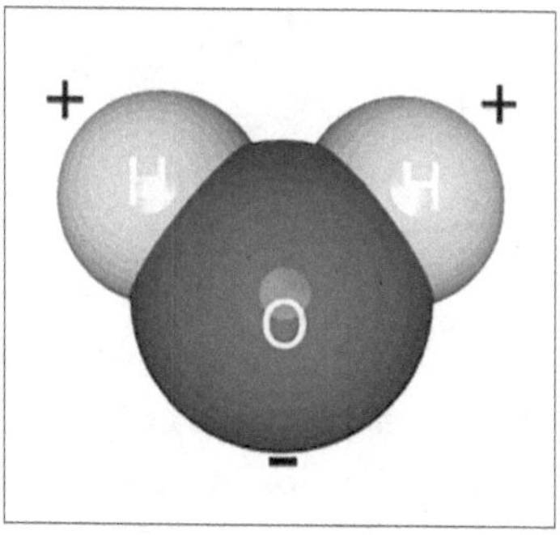

இரண்டு ஐதரசன்களும், ஒரு ஒட்சிசனும், நீர் மூலக்கூறில் ஒரு விந்தையான வடிவத்தில் சேர்கின்றன. அந்த விந்தையான வடிவம் என்ன தெரியுமா? வால்ட் டிஸ்னியின் கார்ட்டூன் படங்களில் வரும் மிக்கி மௌஸின் (Mickey Mouse) தலையின் வடிவம்தான் அது. ஐதரசன் அணுக்கள் இரண்டும் மேலேயும், ஒட்சிசன் அணு கீழேயுமாக இணைந்து இந்த வடிவத்தில் அவை காணப்படும். இந்த விசேச வடிவமே நீருக்கு ஒரு சிறப்பான தன்மையும் கொடுக்கிறது.

மேலே இரண்டு ஐதரசன் அணுக்களும் கீழே ஒரு ஒட்சிசன் அணுவும் நீரின் மூலக்கூறில் காணப்படுவதால், மேலே நேரேற்றத்துடனும் (+), கீழே எதிரேற்றத்துடனும் (-) அது இருக்கிறது. அதாவது கிட்டத்தட்ட ஒரு காந்தத்தைப் போல அல்லது ஒரு பாட்டரியைப் போலக் காணப்படும். பூமியின் வட, தென் துருவம்போல என்றும் சொல்லலாம். இப்படிக் காந்தம்போலக் காணப்படுவதால், நீரின்

மூலக்கூறுகள் ஒவ்வொன்றும் மற்ற மூலக்கூறுடன் இணையும்போது, ஒத்த ஏற்றத்தால் ஒன்றை ஒன்று தள்ள ஆரம்பிக்கின்றன. ஒரே ஏற்றங்கள் ஒன்றை ஒன்று தள்ளும் என்றும், எதிர் ஏற்றங்கள் ஒன்றை ஒன்று கவர்ந்துகொள்ளும் என்றும் சிறுவயதில் நீங்கள் படித்திருப்பீர்கள். அந்த விளைவால் நீரின் மூலக்கூறுகள் ஒவ்வொன்றுக்கும் இடையில், தள்ளுவிசை காரணமாக மிகப் பெரிய வெறுமையான இடைவெளிகள் தோன்றுகின்றன. அதாவது நீரின் மூலக்கூறுகளை ஒன்றுசேர்த்தால், அவற்றிற்குள் இடையே இருக்கும் இடைவெளியின் வெறுமை 99 மடங்கு அதிகமாக இருக்கும். இப்போது புரிகிறதா, ஒரு கிளாஸ் நீரை நீங்கள் பருகும்போது, 99 சதவீதம் வெறுமையையே பருகுகிறீர்கள் என்பதை?

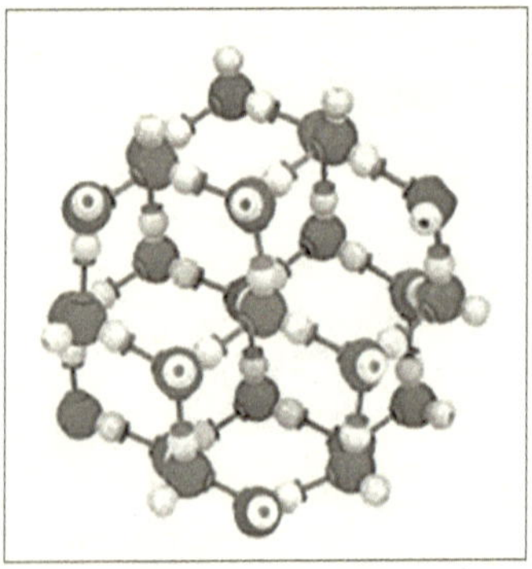

இதனாலேயே, அதாவது நீர் மூலக்கூறின் மிக்கி மௌஸ் வடிவத்தால், நீருக்குப் பல சிறப்பான தன்மைகள் வந்துவிடுகின்றன. பூமியில் இருக்கும் திரவங்களில் இயற்கையிலே திடப்பொருளாகவும் (ஐஸ்), திரவமாகவும் (நீர்), வாயுவாகவும் (நீராவி) இருக்கக்கூடிய ஒன்றேயொன்றாக நீர் இருப்பதற்குக் காரணமும் இதுதான். அதாவது திடப்பொருளான பனிக்கட்டி, நீர் என்னும் திரவத்தில் மிதப்பது, நீரில் மட்டுமே நடைபெறும் ஒரு செயற்பாடு. திடப்பொருள், திரவத்தைவிட அடர்த்தி அதிகமானதாகவும் திரவம் வாயுவைவிட அடர்த்தி கூடியதாகவும் இருப்பதுதான் வழமை. அடர்த்தி அதிகமுள்ள திடப்பொருள், அடர்த்தி குறைந்த திரவத்தில் இடப்படும்போது, எப்போதும் அமிழ வேண்டும். ஆனால் நீரில் அதற்கு நேரெதிரான செயலே நடைபெறுகிறது. இதற்குக் காரணமும் மேலே சொன்ன காரணம்தான். நீர் மூலக்கூறின் இந்த வடிவத்தினால்தான் ஐஸில் சறுக்கி விளையாடும் விளையாட்டுகளை நம்மால் விளையாட முடிகிறது. நீர் பனிக்கட்டியானதும், அதன் மேற்பரப்பில் சறுக்கும் தன்மை உருவாவதற்கும் இதுவே காரணம். இப்படிப் பல வியப்பான தன்மைகள் நீருக்குண்டு. ஏனைய திரவங்களைவிட, என்னென்ன

விதங்களில் நீர் விசேசத் தன்மைகளைப் பெற்றிருக்கிறது என்று நீங்கள் அறிந்துகொள்கிறீர்களோ, அவை அனைத்துக்கும் இந்த மிக்கி மௌஸ் வடிவம்தான் காரணமாகிறது.

★

காலம் என்பதை நாம் சரியாகப் புரிந்திருக்கிறோமா?

“இறந்தகாலம், எதிர்காலம் என்று எவையும் இல்லை. அவை இரண்டும் நிகழ்காலத்திலே, அதனுடன் ஒன்றுசேர்ந்தே இருக்கின்றன. இறந்தகாலம், நிகழ்காலம், எதிர்காலம் மூன்றுமே நாம் நினைப்பதுபோல வேறு வேறு காலங்கள் இல்லை. ஓர் உறைந்துபோன நிலையில் இருக்கும் புகைப்படங்கள் அருகருகே அடுக்கிவைக்கப்பட்ட நிலையில் இருப்பதுபோல அமைந்திருக்கின்றன. இல்லாத இந்தக் காலங்களை மூன்றாகப் பிரித்து, அவை இருப்பதாகக் கற்பனை செய்து, அதன்வழியே பூமியில் வாழ்ந்து வருகிறோம்...” நவீன இயற்பியல் இப்படிச் சொல்கிறது. இதை உங்களால் புரிந்துகொள்ள முடிகிறதா? புரிந்துகொண்டாலும் நம்ப முடிகிறதா?

மாயாவாதத்தைச் சொல்லும் ஒரு குருவின் பிரசங்கத்தைக் கேட்பது போல இருக்கிறதல்லவா? ஆனால், மேலே நான் கூறியிருப்பது தத்துவமோ, பிரசங்கமோ கிடையாது. முழுமையான அறிவியலை அடிப்படையாகக் கொண்ட கூற்று அது. பிரமிக்கும் வகையில் அறிவியல் வளர்ந்துவிட்ட இன்றைய நிலையில், நவீன இயற்பியல் இப்படிச் சொல்கிறது.

“நம் அன்றாட வாழ்க்கையில், நேற்று என்னும் இறந்தகாலத்தையும், இப்போது என்னும் நிகழ்காலம், நாளை என்னும் எதிர்காலத்தையும், தினசரி வாழ்க்கையில் கடந்தபடி, அனுபவித்துக்கொண்டுவருகிறோம். அனுபவத்தில் நாம் அறிந்துணரும் இவற்றை, இல்லையென்று அறிவியல் சொல்வது முட்டாள்தனமாக அல்லவா இருக்கிறது” என்று நீங்கள் நிச்சயம் நினைப்பீர்கள்.

இந்தக் கூற்றின் உண்மைத் தன்மையை உங்களுக்கு நான் முழுமையாகப் புரியவைக்கும்வரை இந்தச் சந்தேகம் உங்களுக்கு இருந்துகொண்டேயிருக்கும். இதை நான் தெளிவாகப் புரியவைக்க வேண்டுமென்றால், முதலில் சில அடிப்படையான தகவல்களைச் சொல்லிச் செல்ல வேண்டும். கொஞ்சம் அமைதியாக மூச்சை உள்ளே இழுத்துப் பொறுமையாகப் படியுங்கள்.

ஒரு நொடிக்கு, ‘ஒளி’ (Light) 300,000 கிமீ தூரம் பயணிக்கிறது (சரியாகக் கவனியுங்கள். மணிக்கு அல்ல நொடிக்கு). இதே வேகத்தில் நாம் ஒரு விண்கலத்தில் விண்வெளியில் பயணம் செய்தால், எதிர்காலத்தை அடைய முடியும் என்று நவீன இயற்பியல் சொல்கிறது. இந்தக் கோட்பாட்டுக்கு அடித்தளம் அமைத்தவர் அன்றும் இன்றும் மிகப் பிரமிப்புடன் பார்க்கப்படும் கணிதவியலாளர், ‘அல்பேர்ட் ஐன்ஸ்டைன்’ (AlbertEinstein). இந்தக் கோட்பாட்டை ஐன்ஸ்டைன் போகும் போக்கில் சொல்லிவிட்டுச் செல்லவில்லை. இயற்பியல் விதிகளுடன் இணைந்த கணிதச் சமன்பாடுகளை முன்வைத்து, அறிவியல் ஏற்றுக்கொள்ளும் வகையில் உலகிற்கு அறிவித்தார். பின்னர், பலவிதமான பரிசோதனைகளின் மூலம், இந்தக் கோட்பாட்டின் அடிப்படை, உண்மைத்தன்மை கொண்டதுதான் என்பதை அறிவியல் உலகம் கண்டுகொண்டது. ஆனாலும், ஒரு குறித்த அளவுக்கு மேல் வேகம் கொடுக்கக்கூடிய சாதனத்தை மனிதனால் இதுவரை உருவாக்க முடியவில்லை. 2018 ஆகஸ்டில் நாஸாவினால், சூரியனுக்கு மிகச் சமீமாகச் சென்று ஆராய்வதற்கென அனுப்பப்பட்ட விண்கலமான ‘பார்க்கர்’ (Parker Solar Probe) விண்கலமே அதியுயர் வேகம் பெற்றிருக்கிறது. கிட்டத்தட்ட மணிக்கு 343,100 கிமீ வேகத்தில் இப்போது சூரியனை அண்மித்துப் பயணித்துக் கொண்டிருக்கிறது. பார்க்கர் என்பது மனிதன் இல்லாமல் பயணம்

செய்யும் ஒரு விண்கலம். இதுவரை மனிதன் அமர்ந்து பயணித்த விண்கலத்தின் அதியுயர் வேகம் மணிக்கு 40,000 கிமீ மட்டும்தான்.

ஒளியின் வேகத்துடன் ஒப்பிடும்போது, இந்த வேகங்கள் அனைத்தும் ஒன்றுமே இல்லை ரகம்தான். ஆனாலும் மனிதன் என்றோ ஒருநாள் ஒளியின் வேகத்தில் பயணிக்கும் ஆற்றலைப் பெற்றுக் கொள்வான் என்று அறிவியல் நம்புகிறது. ஒருவேளை மனிதன் ஒளியின் வேகத்தில் பயணிக்கும் ஆற்றலை அடைந்தால், அவனால் காலத்தினூடாகப் பயணம் செய்து, எதிர்காலத்தை அடைய முடியும் என்று சொல்கிறது அறிவியல். இந்த இடத்தில் சில சிக்கலான விளைவுகள் ஏற்படலாமென்று ஐன்ஸ்டைன் சொல்லியிருக்கிறார். ஒரு பொருள் ஒளியின் வேகத்தை அடையும்போது, அதன் எடை கற்பனையே செய்ய முடியாத அளவுக்கு அதிகரித்துக்கொண்டு செல்வதோடு, அதன் உருவம் சிறியதாகக் குறுகிக்கொண்டே போகும் என்றார். அத்துடன் வேறுபல விளைவுகளையும் சந்திக்க நேரிடும் என்றார். ஒளியின் வேகத்தில் பயணிக்க ஆரம்பிக்கும்போது, இப்படிப்பட விளைவுகளைச் சந்திக்க வேண்டுமென்பதாலேயே, மனிதனால் ஒளியின் வேகத்தை அடைய முடியாது என்ற ஐயமும் இதுவரை இருந்து வருகிறது. அதனால், ஒளியின் வேகத்தை அடைவது சாத்தியமே இல்லாத ஒன்று என்றும் ஒரு மாற்றுக் கருத்து இருக்கிறது. சாத்தியமில்லாதது என்று நம்பப்பட்ட எத்தனையோ சம்பவங்களைச் சாத்தியமானவையாக மாற்றியிருக்கிறது அறிவியல். ஒளியின் வேகத்தை அடையும்போது ஏற்படும் விளைவுகள் மனிதனைத் தாக்காதவாறு, பாதுகாப்பாக அமர்ந்து செல்லக்கூடிய விண்கலமொன்றைத் தயார்செய்தால், ஒளியின் வேகத்தில் பயணம் செய்யலாமென்று நம்புகிறார்கள். அப்படியொரு விண்கலத்தைத் தயாரிக்கப் பலவித முயற்சிகள் நடைபெற்றுக்கொண்டுதான் இருக்கின்றன. இப்படி உருவாக்கப்படும் இயந்திரத்தைக் 'கால இயந்திரம்' (*Time Machine*) என்கிறார்கள். இதுவரை பல வடிவங்களில் கால இயந்திரங்கள் உருவாக்கப்பட்டு, ஒளியின் வேகத்தில் பயணித்து இருக்கின்றன. ஆனாலும், அவையெல்லாம் ஹாலிவுட் திரைப்படங்களில் மட்டும்தான். நிஜத்தில் அது இன்னும் சாத்தியப்படவில்லை. "அப்படியென்றால், மனிதனால் கால இயந்திரம் ஒன்றை உருவாக்கவே முடியாதா?" என்றால், 'முடியும்'

என்றுதான் இயற்பியல் சொல்கிறது. "இன்றைய தினத்தில் உள்ள அறிவியல் கண்டுபிடிப்புகளில் மனிதனால் அது சாத்தியமில்லாமல் இருக்கலாம். ஆனால் நாளைய மனிதன் அதைக் கண்டுபிடித்தே தீருவான்" என்கிறார்கள். அதற்கு அவர்கள் சுட்டிக் காட்டுவது, அண்டத்தின் பெருவெளியெங்கும் பரவிக் கிடக்கும் 'கருஞ்சக்தி' *(DarkEnergy)*, 'கரும்பொருள்' *(DarkMatter)* என்பவையைத்தான். அண்டவெளியெங்கும் உள்ள உடுக்கள் (நட்சத்திரங்கள்), நெபுலாக்கள், உடுத்திரள்கள் (காலக்ஸிகள்), கருங்குழிகள் என்பவை அனைத்தையும் ஒன்று சேர்த்தால், அண்டவெளியின் 4 விழுக்காடு அளவே காணப்படுகின்றன. எஞ்சியிருக்கும் 96 விழுக்காடு அண்டவெளியில், 70 விழுக்காடு கரும்சக்தியும், 26 விழுக்காடு கரும்பொருளும் நிறைந்திருக்கின்றன.

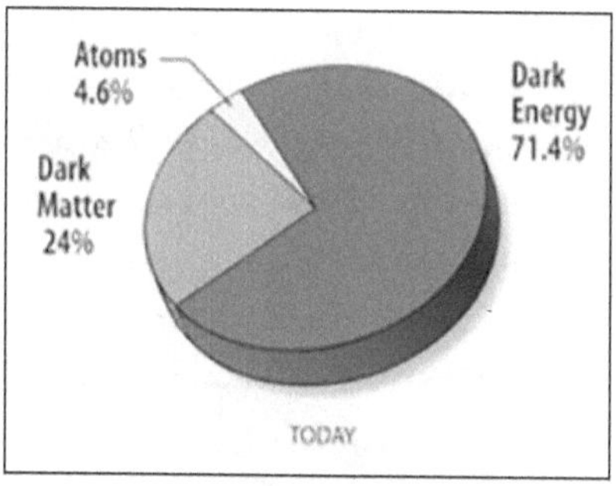

"அந்தளவுக்கு இந்தக் கருஞ்சக்தியில் என்ன விசேசம் இருக்கிறது?" என்று நீங்கள் கேட்டால், அதற்கான பதில் உங்களை ஆச்சரியப்பட வைக்கும். இதுவரை பூமியில் எரிசக்தி முதல் மின்சக்தி வரையுள்ள அனைத்து சக்திகளையும் பெறுவதற்கு, நாம் பெட்ரோலியத்தையும் காற்றையும் நீரையும் சூரியனையும் நம்பி இருந்தோம். சமீபத்தில் அதனுடன் அணுசக்தியும் இணைந்தது. இவற்றின் உதவியுடன் நாம் பூமிக்குத் தேவையான சக்திகள் அனைத்தையும் ஓரளவுக்குப் பெற்றுக்கொள்கிறோம். இருந்தாலும், அவற்றிற்கான தேவை இருந்துகொண்டே இருக்கிறது. ஆனால், விண்வெளியில் இருக்கும் கரும்சக்தியை எடுத்துக்கொண்டால், ஒரு லிட்டர் கனவளவுள்ள கரும்சக்தியினால், உலகிலுள்ள அனைத்து நாடுகளுக்கும் நூறு வருடங்களுக்குத் தேவையான தடையில்லா மின்சாரத்தைத் தொடர்ந்து கொடுக்க முடியும் என்கிறார்கள். இவ்வளவு வீரியமான கரும்சக்தி, அண்டம் முழுவதும் வெறுமனே பரவியிருக்கிறது. அண்டமெங்கும் பரவியிருக்கும் கரும்சக்தியின் மொத்த வீரியத்தின் அளவை நீங்களே கணித்துக்கொள்ளுங்கள்.

கரும்சக்தி அண்டத்தில் பரவியிருப்பதால், அண்டத்தில் நடைபெற்றுக் கொண்டிருக்கும் ஓர் அதிசய நிகழ்வை இப்போது பார்த்துவிட்டு, நாம் மேலே செல்லலாம்.

'பிக்பாங்' *(Bigbang)* என்னும் பெருவிரிவின் மூலம் அண்டம் உருவாகியது என்பதைப் பல இடங்களில் பார்த்திருக்கிறோம். அந்த ஆரம்ப வெடிப்பின்போது ஏற்பட்ட பெருவிசையினால், அண்டம் இன்றுவரை விரிவடைந்து கொண்டே செல்கின்றது என்று கண்டுபிடித்திருக்கிறார்கள். அண்டத்தின் எல்லையிலுள்ள உடுக்களையும், உடுத்திரள்களையும் அவதானித்த 'எட்வின் ஹபிள்' *(Edwin Hubble)* என்னும் வானியல் ஆராய்ச்சியாளர், அண்ட விளிம்பிலிருக்கும் உடுத்திரள்கள் ஒன்றையொன்று விலகிச் செல்வதைக் கண்டார் (இவரின் ஞாபகார்த்தமாகவே விண்வெளியில் விடப்பட்டிருக்கும் தொலைநோக்கிக் கருவிக்கு 'ஹபிள் விண்வெளித் தொலைநோக்கி' என்று பெயரிட்டிருக்கிறார்கள்). மிகமிகத் தொலைவிலிருந்து வரும் ஒளி, நம்மை நோக்கிய திசையில் பயணித்தால் நீலநிறமாகவும், நம்மை விட்டு விலகிய திசையில் பயணித்ததால் சிவப்பு நிறமாகவும் காட்சியளிக்கும். இதைச் 'செவ்வொளி விலகல்' *(Redshift)* என்பார்கள். இந்தச் செவ்வொளி விலகலை அவதானித்ததன் மூலம், அண்டம் இன்றும் விரிவடைந்து கொண்டு செல்கின்றது என்பதை ஹபிள் கண்டுபிடித்தார்.

13.7 பில்லியன் ஆண்டுகளுக்கு முன்னர் நடைபெற்ற வெடிப்பு ஏற்படுத்திய உந்தல், இன்றும் அண்டம் விரிவடைந்து செல்லக் காரணம் என்று நம்பிய அறிவியலாளர்களுக்கு, அதிர்ச்சியும், ஆச்சரியமும் காத்திருந்தது. ஆரம்ப வெடிப்பினால் ஏற்பட்ட விசையினால் அண்டம் விரிவடையுமானால், அவை விரிவடைந்து செல்லும் வேகம் படிப்படியாகக் குறைந்து, ஏதோவொரு நிலையில் பூச்சியத்தையடைந்து, விரிவது நின்றுவிட வேண்டுமல்லவா? ஒரு பந்தைப் பெரும் விசையுடன் மேல்நோக்கி நீங்கள் தூக்கியெறிந்தால், முதலில் உயரச் செல்லும் பந்து, அதன் ஆற்றல் படிப்படியாகக் குறைந்து பூச்சியமாகியதும் கீழே விழ ஆரம்பிக்குமல்லவா? அதுபோல, அண்டமும் என்றாவது ஒருநாள் தன் விரிவடையும் வேகத்தைக் குறைத்து பூச்சியத்தை அடையவேண்டும். ஆனால்,

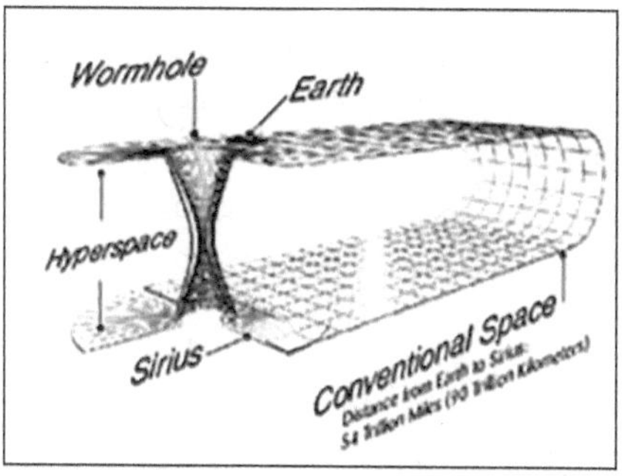

நடந்துகொண்டிருப்பதோ வேறு. அண்டம், தனது விரிவடையும் வேகத்தைக் குறைப்பதற்குப் பதில் மேலும் மேலும் அதிகரித்துக் கொண்டு செல்கிறது. அதாவது அண்டம் வேகமுடுக்கத்துடன், உங்களுக்குப் புரியும்படி சொல்ல வேண்டுமென்றால், 'ஆக்ஸிலரேசனுடன்' (Acceleration) வேகவளர்ச்சியைப் பெற்று, மேலும் வேகத்தை அதிகரித்தபடி விரிவடைந்து கொண்டே செல்கிறது. இது நம்பவே முடியாத, சாத்தியமே இல்லாத ஒரு செயற்பாடு. இதை அவதானித்த வானியலாளர்கள் பிரமித்துப்போனார்கள். அண்டம் விரிவடைவதற்குரிய வேகவளர்ச்சியைக் கொடுப்பது எது? இந்தளவு ஆற்றல் எதற்கு உண்டு? என்பதை ஆராய்ந்தபோதுதான், டார்க் எனர்ஜி என்னும் கரும்சக்தி பற்றிய தெளிவு கிடைத்தது. கரும்சக்தி மிகவும் வீரியம் வாய்ந்த ஒரு சக்தி. பூமியிலோ, அண்டத்திலோ அதற்கு இணையான வேறொரு சக்தி கிடையவே கிடையாது. இந்தக் கரும்சக்தியை மனிதன் எப்போது கையாளும் வைகையில் தன் அறிவைப் பெற்றுக்கொள்கிறானோ, அப்போது, அவன் பேராற்றலுள்ள ஒருவனாகிவிடுவான். சாத்தியமில்லாத பல சம்பவங்களைச் சுலபத்தில் சாத்தியமாக்கிக் காட்டுவான். அப்போது, ஒளியின் வேகத்தில் பயணிப்பது என்பதெல்லாம் அவனுக்கு வெகுசுலபமான காரியமாகிவிடுமென்று அறிஞர்கள் நம்புகின்றனர்.

ஒளியின் வேகத்தில் பிரயாணம் செய்யும் மனிதன், எதிர்காலத்துக்குச் செல்ல முடியும் என்ற கோட்பாட்டைப்போல, இறந்தகாலத்துக்கும் பயணம் செய்யலாம் என்னும் கோட்பாடும் இருக்கிறது. இறந்தகாலத்துக்குச் செல்லும் வழியாக வினோதமான கதவைத் திறந்து விட்டிருக்கிறது அறிவியல். அந்தக் கதவே, 'புழுத்துளை' (Wormhole). பேரண்டத்தின் இரண்டு வெளிகளைப் புழுபோன்ற வடிவிலான குழாயினால் இணைக்கலாமென்று சொல்கிறார்கள். அண்டவெளியானது தட்டையாக இருந்தாலும், அது வளைந்த

நிலையிலேயே இருக்கும். அப்படி வளைந்திருக்கும் பகுதிகளில், குழாய் போன்ற அமைப்பை உருவாக்கிப் பல ஒளியாண்டுகள் இடைவெளி தூரத்திலிருக்கும் இரண்டு இடங்களுக்கிடையில் சொற்ப நேரத்துக்குள் சென்றுவிடமுடியுமென்று ஐன்ஸ்டைன் கருதினார். இந்த அடிப்படையில் இறந்தகாலத்துக்கும் நம்மால் பயணிக்க முடியும் என்பதை அவர் கோட்பாட்டு ரீதியாக முன்வைத்தார்.

இந்தப் புழுத்துளையை (வோர்ம்ஹோலை) அண்டத்தின் எந்த இடத்திலும் நம்மால் உருவாக்கிக்கொள்ள முடியுமென்று சொல்கிறார்கள். ஒரு புழுத்துளையின் வாசலானது ஆரம்பத்தில் அணுக்கருவொன்றின் அளவுடன் மிகச் சிறியதாகவே இருக்கும். அதற்கு மிகப் பெரிய ஆற்றலைச் செலுத்துவதன் மூலம் பெரியதாகத் திறக்கச் செய்யலாம். அதனுள் நுழைந்தால் அண்டத்தின் வேறொரு வெளிப்பகுதிக்கு நம்மால் சுலபமாகச் சென்றுவிட முடியும்.

கேட்பதற்கு 'அம்புலிமாமா' கதைபோலவும், 'ஹாரிபோட்டர்' கதைபோலவும் இருக்கும் இந்தப் புழுத்துளைக் கதை, அறிவியல் ஆதாரங்களை அடிப்படையாகக் கொண்ட, மனித சாத்தியமுள்ள ஒரு கதைதான். ஆனால், அணுக்கருவின் அளவு சிறியதாக இருக்கும் புழுத்துளையின் ஒரு முனையைப் பெரியதாகத் திறக்கத் தேவையான அந்தப் பேராற்றல், மனிதனின் இன்றைய அறிவியல் நிலையில் கைவசம் இல்லை. ஆனால், மேலே சொல்லப்பட்ட 'கரும்சக்தி' என்பது மனிதனின் வசப்படுமானால் இதுவும் சாத்தியமாகிவிடும். புழுத்துளை வாசல்களும் திறக்கப்படும். எதிர்காலங்களும், இறந்தகாலங்களும் சென்றடையக்கூடிய காலங்களாகிவிடும்.

நான் இந்தக் கட்டுரை மூலம், மனிதனால் இறந்தகாலத்துக்கோ, எதிர்காலத்துக்கோ பயணம் செய்ய முடியும் என்ற கோட்பாட்டை உங்களுக்குப் புரியவைக்க முயல்கிறேன். ஒளியின் வேகத்தில் பயணம் செய்வது, வோர்ம்ஹோலினூடாகப் பயணம் செய்வது, இறந்தகாலம், எதிர்காலம் ஆகியவற்றிற்குப் பயணம் செய்வது என அனைத்தும் இன்றுவரை கோட்பாடுகளாகத்தான் இருந்து வருகின்றன. ஆனாலும், அவை நிஜத்தில் சாத்தியமாகத் தேவைப்படும் அறிவியல் வளர்ச்சியை மனிதன் எட்டவில்லை. என்றாவது ஒருநாள் அந்த வளர்ச்சியை மனிதன் அடைவான். அப்போது, அவனால் இறந்தகாலத்துக்கும்,

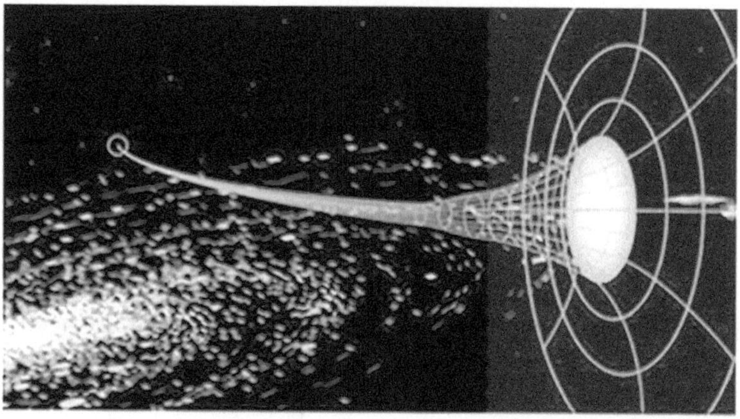

எதிர்காலத்துக்கும் இலகுவாகப் பயணம் செய்ய முடியும் என்பதில் ஐயமில்லை. ஒளியின் வேகத்தை மனிதனால் அடைய முடியாது, வோர்ம்ஹோலை அவனால் திறக்க முடியாது என்றுதான் இந்தக் கோட்பாடுகளை மறுக்கும் அறிஞர்கள் சொல்கிறார்கள். ஆனாலும், ஒளியின் வேகத்தைத் தொட்டால் எதிர்காலத்தை அடைய முடியும் என்பதை அவர்களும் மறுக்கவில்லை. ஆகையால், எதிர்காலத்துக்குச் செல்லலாம் என்பதும், இறந்த காலத்துக்குச் செல்லலாம் என்பதும் அறிவியலின்படி அனைவராலும் ஏற்றுக்கொள்ளப்படுகிறது என்றே கொள்ளலாம். இந்த இடத்தில், கட்டுரையின் ஆரம்பக் கூற்றுக்கு மீண்டும் வரலாம்.

இன்றைய நிலையில் இறந்தகாலத்துக்கும் நிகழ்காலத்துக்கும் மனிதனால் செல்ல இயலாது என்னும் பிரச்சினை ஒருபுறமிருக்க, செல்லலாம் என்ற முடிவை மட்டும் நாம் எடுத்துக்கொள்வோம். அப்படியெனில், இந்தக் கணத்தில் நாம் சென்றடையும் நிலையில்தான், இறந்தகாலமும் எதிர்காலமும் இருக்கின்றன என்பது புரிகிறது. அதாவது, இந்தக் கணத்தில் என்னால் 5000 ஆண்டுகளுக்கு முன்னால் உள்ள இறந்தகாலத்துக்குச் செல்ல முடியுமென்றால், அது எப்படி இறந்தகாலமாக முடியும்? அதுபோல, இனி வரப்போகும் 4000 ஆண்டுகளுக்குப் பின்னுள்ள எதிர்காலத்திற்கு என்னால் இந்தக் கணமே செல்ல முடியுமென்றால், அது எப்படி எதிர்காலமாக முடியும்? இறந்தகாலமும், எதிர்காலமும் இப்போதே அடையும்

நிலையில்தானே இருக்கின்றன. நேற்று, முந்தாநேற்று, கடந்த வருடம், நான் பிறந்த வருடம், யேசுநாதர் பிறந்த வருடம் என எல்லாக் காலங்களுக்கும், இப்போதே என்னால் பயணம் செய்ய முடியுமெனின், அந்த ஒவ்வொரு நாட்களும் இன்று நிகழ்காலத்தில் எங்கோ உறைந்த நிலையில் இருக்கிறது என்றுதானே அர்த்தமாகிறது. அதாவது ஆயிரமாயிரம் ஆண்டு காலங்களாக நடந்து முடிந்த ஒவ்வொரு நாளும் அவற்றின் ஒவ்வொரு கணமும் நொடி நொடியாக, தனித்தனிப் புகைப்படப் பிரதியைப் போலப் பதிவு செய்யப்பட்ட நிலையில் இருக்கின்றன என்றாகிறதல்லவா? அதுபோல எதிர்காலத்தில் நடக்கப்போவதும் ஏற்கனவே நடைபெற்ற நிகழ்வுகளாகப் புகைப்படப் பிரதிகள்போலப் பதியப்பட்டு இருக்கின்றன எனலாம்.

இப்போது, "ஒருவரின் வாழ்க்கையில் நடந்த ஒவ்வொரு நொடியும் புகைப்படமாகப் பதிந்து இருக்கின்றது என்று வைத்துக் கொண்டால், வாழ்க்கையென்பது ஒரு நகரும் திரைப்படக் காட்சிபோலத்தானே தொடர்ச்சியாக இயங்குகிறது. அப்படியென்றால், அவை எப்படி போட்டோ பிரதிகள்போலப் பதிவு செய்யப்பட்டிருக்க முடியும்?" என்று நீங்கள் நினைக்கலாம். ஆனால், ஒரு திரைப்படக் காட்சி அசையும் நிலையில் நமக்குத் தெரிந்தாலும், அவைகூடத் தனித்தனிப் படங்கள்தான். ஒரு நொடிக்கு 30 அல்லது 25 புகைப்படங்களை ஒன்று சேர்த்து தொடர்ச்சியாய் இயங்க வைத்தால், நகரும் திரைப்படக் காட்சிகளை நம்மால் பார்க்க முடியும். அதுபோல, ஒவ்வொரு கணத்திலும் நடைபெறும் அண்டத்தின் அனைத்துக் காட்சிகளும் புகைப்படங்களாக பிரதிகளாகப் பதிவு செய்யப்பட்டு வரிசையாக இயங்கும் காட்சிகளாக நம்மை நம்ப வைக்கிறது. கேட்கும்போது நம்பவே முடியாத, பிரமிப்பான கட்டுக்கதைபோலத் தெரிந்தாலும், இறந்தகாலத்துக்கும், எதிர்காலத்துக்கும் மனிதனால் பயணம் செய்ய முடியும் என்ற கோட்பாடு இருக்கும்வரை இது உண்மையாக இருக்கவே சாத்தியம் உண்டு.

இப்போது நான் ஆரம்பத்தில் கூறியதை மீண்டும் படித்துப் பாருங்கள்...!

"இறந்தகாலம், எதிர்காலம் என்று எவையும் இல்லை. அவை இரண்டும் நிகழ்காலத்திலே, அதனுடன் ஒன்றுசேர்ந்தே இருக்கின்றன. இறந்தகாலம், நிகழ்காலம், எதிர்காலம் மூன்றுமே நாம் நினைப்பதுபோல வேறு வேறு காலங்கள் இல்லை. ஓர் உறைந்துபோன நிலையில் இருக்கும் புகைப்படங்கள் அருகருகே அடுக்கிவைக்கப்பட்ட நிலையில் இருப்பதுபோல அமைந்திருக்கின்றன. இல்லாத இந்தக் காலங்களை மூன்றாகப் பிரித்து, அவை இருப்பதாகக் கற்பனை செய்து, அதன்வழியே பூமியில் வாழ்ந்து வருகிறோம்..." என்ன புரிகிறதா...?

★★★

www.ingramcontent.com/pod-product-compliance
Lightning Source LLC
LaVergne TN
LVHW100310051026
849517LV00006B/2246
9789390053940